தழும்புகள்

கா. ந. அண்ணாதுரை

Title: Thazhumbugal

Author: C. N. Annadurai

Language: Tamil

First Published on: 1965

Year of Publication: 2024

Book Format: Paperback

*Page Size: 6inch * 9inch*

Category: Fiction

Subject: Short Novel

No. of pages: 60

ISBN: 978-81-988159-2-7

Published by: Nilan Publishers, Madurai, Tamilnadu, India

பொருளடக்கம்

குறிப்புகளுக்காக

தழும்புகள்

(1)

அவன் ஓர் ஏழை! எண்ணற்ற ஏழைகளுக்கிடையில் அவன் ஒருவன்! ஆனால், ஏழைகளில் பலருக்கு ஏற்படாத எண்ணம் அவன் மனத்திலே கொந்தளித்தபடி இருந்து வந்தது.

அவன் ஓர் ஏழை! ஆனால் அவன் மனத்திலே கொந்தளித்துக் கொண்டிருந்த எண்ணம், எப்படித் தனது ஏழ்மையைப் போக்கிக் கொள்வது என்பது அல்ல; எப்படி நிம்மதியான வாழ்க்கையைப் பெறுவது என்பது அல்ல; அதைப்பற்றி எண்ணிப் பார்த்திட அவனுக்கு நேரமே இல்லை. எந்த நேரமும் அவன் மனத்திலே கொந்தளித்துக் கொண்டிருந்த எண்ணம் அக்கிரமம், அநீதி இவற்றைத் தொலைத்தாக வேண்டும் என்பதுதான்!

அவன் ஓர் ஏழை! ஆனால் நல்ல உடற்கட்டு, துணிவு; தனக்கென்று எதையும் தேடிப் பெற்றாகவேண்டும் என்ற நினைப்பற்ற நெஞ்சம், வாழ்க்கை நடத்த எதையாவது செய்தாக வேண்டுமே என்ற எண்ணம்கூட அல்ல; வாழ்க்கையிலே ஏன் இத்தனை வஞ்சகமும் அநீதியும் நெளிகின்றன என்ற கேள்வியே அவன் மனத்தைக் குடைந்து கொண்டிருந்தது.

அவன் ஏழை! ஆனால் மற்ற ஏழைகள் மனத்திலே மூண்டிடாத கேள்வி குடையும் மனத்தினன்; மற்ற ஏழைகளுக்கு இந்தக் கேள்வி தோன்றியிருந்திருக்கலாம் – பல சந்தர்ப்பங்களில். ஆனால் அவர்கள் அந்தக் கேள்விக்கான விடை கண்டிடத் தம்மால் ஆகாது என்று விட்டு விட்டனர்; தமது வாழ்வுக்கு

வழிதேடிக்கொள்ள முனைந்தனர்; மும்முரமாயினர். பிறகு அவர்களுக்கு வேறு எண்ணம் எழவில்லை. இயல்பு அதற்கு இடம் கொடுக்கவில்லை.

அவன் ஓர் ஏழை – மற்ற பல ஏழைகளைப் போலவே உழைத்து உண்டு, உலவி உறங்கியும் வந்தான். ஆனால் அதுதான் வாழ்க்கை என்று திருப்தி பெறவில்லை. அவன் உலகிலேயே காணக்கிடக்கும் கேடுகளை ஒழித்தாக வேண்டுமே, என்னவழி அதற்கு, என்று எண்ணி எண்ணி மனத்தை எரிமலையாக்கிக் கொண்டான்.

அவன் ஓர் ஏழை – ஆனால் மற்ற ஏழைகள் சிரித்துக் கொண்டிருப்பதைக் காணும்போது சீற்றம் பீறிட்டுக் கொண்டு வந்தது – இத்தனை கொடுமைகள் இழைக்கப்படுகின்றன; ஏன் என்று கேட்கக்கூடத் திராணியற்றுக் கிடக்கிறார்களே! ஏன்? ஏன்? ஏன்? எப்படி முடிகிறது அவர்களால்? என்னால் முடியவில்லையே! – என்று கேட்டபடி இருந்தான் – ஊராரைப் பார்த்து அல்ல – தன் உள்ளத்தை.

'அண்ணன் மகா முரடு! அண்ணன் காலை யாராவது மிதித்தால், அவர்கள் தலையை மிதிக்கும் – அவ்வளவு ரோஷம்! எவனாக இருந்தாலும் கூழைக்கும்பிடு போடாது! எதைக்காட்டினாலும், ஆசைப்பட்டு பல்லை இளிக்காது' என்று சொல்லுகிறார்கள் மற்ற ஏழைகள் – காதிலே விழுகிறது; ஆனால் காரணம் புரியவில்லை, அவர்களின் போக்குக்கு!

முருங்கையை எளிதாக ஒடித்துவிட முடிகிறது. தேக்கு? எளிதாக முடியாதல்லவா! அதுபோலவே தன் இயல்பும் மற்ற ஏழைகளின் இயல்பும் – இரண்டுக்கும் இடையே உள்ள வித்தியாசமும்!! புரியவில்லை! புரியாததால், கோபம் அதிகமாக வளர்ந்தது; குறையவில்லை.

அவன் ஏழை! ஆனால் ஏழைக்கும் பெயர் உண்டே –இவன் பெயர், குப்பம் முழுவதும் கூப்பிடுவது ‘அண்ணே’ என்ற செல்லப் பெயர். பெற்றோர் இட்ட பெயர் மாகாளி!

‘அப்பவே தெரியும் போலிருக்குடோய்! அண்ணனோட குணம், எப்படி இருக்கும் என்று, பெத்தவங்களுக்கு. பேர் பார்த்தயேல்லோ! வெறும் காளிகூட இல்லா, மாகாளி!’ என்று அந்தக் குப்பத்திலே உள்ள மற்ற ஏழைகள் பேசிக் கொள்கின்றனர்.

‘மாகாளி – அந்தக் குப்பத்திலே பிறந்தவனல்லன்! ஏதோ ஒரு குப்பை மேடு! அது என்ன இடமா இருந்தாத்தான் என்னவாம்!!’ என்று பதில் வரும், குப்பத்தார் பக்குவமாக விவரம் கேட்கும்போது.

ஊர் பெயரே கூறாதபோது அவன் பெயரையா மாகாளியிடம் கேட்டுத் தெரிந்துகொள்ள முடியும்? அப்பனா! எங்க அப்பனைத்தானே கேட்கறே? ஏன், போய் கூட்டிக்கிட்டு வரப்போறியா? அவன் செத்துச் சிவலோகம் போயி பல வருஷமாகுதுன்னு சொல்லிச்சி எங்க அம்மா, அது சாகறப்ப... எனக்கு வயது எட்டு, அப்போ...”

“ஐயோ பாவம்!” என்பார்கள் சிலர்.

“உருகாதடா, உருகாதே! ஏன், இப்ப அவங்களும் இருந்து, நம்மைப் போல நாய் படாதபாடு படவேணுமா.... போய் விட்டாங்களே, அதைச் சொல்லு, நிம்மதியா...”

மாகாளிக்கு என்ன வேலை? எந்த வேலையாவது கிடைக்கும் – உடல் உழைப்பு வேலை! பாரமூட்டை சுமப்பதோ – கட்டை வெட்டுவதோ – கிணறு தோண்டுவதோ – வண்டி ஓட்டுவதோ – ஏதாவது ஒன்று. இன்னின்னாருக்கு இன்னின்ன வேலை என்று ஒரு திட்டமா இருக்கிறது. விருப்பம் அறிந்து வேலை

கொடுக்கும் இடமா இந்த உலகம்!! பசுவைக் கழுவி சுத்தமாக வைத்திருக்கிறார்கள். எருமையைச் சேற்றிலே புரளவிடுகிறார்கள்; இரண்டும் பால் கொடுக்கிறது! இந்த உலகத்தில் ஏதாவது ஓர் ஒழுங்குமுறை இருக்கிறதா என்ன! மாகாளி கேட்பான் இதுபோல – 'ஏண்ணேன், உனக்கு ஏத்ததா ஓர் ஒழுங்கான வேலையைத் தேடிக் கொள்ளமாட்டேன்கிறே' என்று சொந்தத்துடன் கேட்பவர்களும் உண்டு.

அவன் ஏழை – ஆனால் ஏழைக்காக இந்த உலகம் இல்லை என்ற எண்ணம் அவனுக்கு. ஏழையை இந்த உலகம், ஏழ்மையில் இல்லாதவர்களின் முன்பு நடமாட விட்டு வேடிக்கை காட்டுகிறது என்ற எண்ணம்!!

'ஐயோ பாவம்!' என்று உருக்கமாகப் பேசவேண்டுமே ஏழை இல்லாவிட்டால் எப்படிப் பேச முடியும், அதுபோல் அதற்காகத்தான் இந்த உலகம் நம்மை வைத்துக் கொண்டிக்கிறது; இல்லையென்றால் இவ்வளவு கொடுமை செய்யும் இந்த உலகம் ஒரே விழுங்காக நம்மை விழுங்கிவிட்டு, வேலை முடிந்துவிட்டது என்று கூறிவிடாதா என்ன!!" என்று கேட்பான் மாகாளி. மற்றவர்கள், "அண்ணன் வேதாந்தம் பேசுது! ஒரு சமயம் அதனோட அப்பாரு பெரிய சாமியாரா இருப்பாரோ?" என்று பேசிக் கொள்வார்கள்.

"புத்தி உனக்கு உலக்கைக் கொழுந்துடா டோய் சாமியாரா இருந்தாபிள்ளை எப்படிடா பெத்துக்க முடியும்?" என்று கேட்பான் ஒருவன். "பிள்ளை பொறந்த பிறகு சாமியாராகியிருக்கக் கூடாதா" என்பான் இன்னொருவன். "ஏம்பா! சாமியாரா வேஷம் போட்டுக்கிட்டே நம்ம சடையன் மகளோட சினேகிதம் வைத்துக்கொள்ளலியா, அந்தப் புதுசாமி... அதுபோல இருக்கப்படாதோ" என்பான் மற்றொருவன். எல்லாம் மாகாளி, இல்லாதபோது.

மாகாளி! தன்னுடைய பிறப்பு வளர்ப்பு பற்றிய கேள்விகளுக்குத் தான் பதில் சொல்லுவதில்லை; ஆனால், அவன் உடலிலே காணப்பட்ட தழும்புகளைப் பற்றிக் கேட்டால் போதும், மளமளவென்று விவரம் கூறுவான். 'இந்தத் தழும்புகள்தாம் என் வாழ்க்கைக்கான குறிப்புகள்' என்பான், சிரித்தபடி, என்ன சிரிப்பு அது! இந்த உலகத்தைக் கேலி செய்யும் முறையிலே அமைந்த சிரிப்பு அது!

"அதைக்கேள் சொல்கிறேன்" என்று ஆர்வத்துடன் ஆரம்பித்தான். அவனுடைய வாழ்க்கையிலே நடைபெற்ற ஏதாவதொரு நிகழ்ச்சியைக் கூறுவான் – கூறும்போது போர்க்களத்திலே ஒரு வீரன் பெற்ற 'காயம்' குறித்துப் பேசும்போது எவ்வளவு பெருமிதம் கொள்வானோ, அந்த விதமான பெருமிதம் ஏற்படும்.

"நான் எங்கே பிறந்தேன் – என் பெற்றோர் யார் – அவர்களின் நிலைமை என்ன – என்ற விவரம் கேட்டுத் தெரிந்து கொள்வதாலே எள்ளத்தனை பயனும் உனக்கோ, மற்றவர்களுக்கோ ஏற்படாது; இதோ இந்தத் தழும்பின் விவரம் கேட்கிறாயே, இது கேட்க வேண்டிய கேள்வி. இதுபற்றி விவரம் உனக்குத் தெரிவது நல்லது; அதாவது, நீ ஏழை என்பதை மறந்து, மனிதன், ஆகவே நீதி நியாயத்துக்காகப் பாடுபட வேண்டியவன், அக்கிரமத்துக்கு அடிபணியாமலிருக்க வேண்டியவன் என்ற உணர்வு இருந்தால்" என்ற முன்னுரையுடன் மாகாளி பேச ஆரம்பிப்பான்.

மாகாளியின் உடலிலே இருந்த தழும்புகள் – முகத்திலே கூடத்தான் – அவனை அவலட்சணமாக்கிவிடவில்லை; அவனுடைய வயதுக்கு மீறிய ஒரு முதுமைக் கோலத்தை மட்டுமே அந்த வடுக்கள் ஏற்படுத்திவிட்டிருந்தன.

அந்தத் தழும்புகளைத் தடவிக் கொடுத்துக்கொண்டு பேசுவதில் மாகாளிக்கு ஒரு தனி ஆர்வம்.

"இது விறகுக் கட்டையாலே பலமாக அடித்ததாலே ஏற்பட்டது. இரத்தம் எப்படிக் கொட்டிற்று தெரியுமா... பனியன் முழுவதும் இரத்தக்கறை.. நாலு மாதம் பிடித்தது மண் உலர.. பிறகு பலமாதம் அந்த இடத்திலே ஒருவிதமான வலி மட்டும் இருக்கும், அடிக்கடி... ஒரு வருஷத்துக்குப் பிறகு வலியும் நின்றுவிட்டது. வடு மட்டும் பதிந்துவிட்டது... ஏன்! ஏண்டா! அப்படிப் பார்க்கிறாய்... எப்படித்தான் தாங்கிக் கொண்டானோ என்ற யோசனையா... பைத்தியக்காரா! அப்போது நான் போட்ட கூச்சல் இப்போதுகூடக் காதிலே விழுவது போலிருக்கிறது... எட்டு வயது எனக்கு அப்போது..."

"அண்ணேன்! எட்டு வயதிலோ இந்தக் கொடுமை?"

"ஏன்! ஏண்டா அப்படி ஒரு கேள்வி கிளப்பறே... எண்பது வயதான பிறகுதான் விழணும், இந்த மாதிரி அடி என்கிறாயா..."

"போண்ணேன்! தழும்பைப் பார்க்கறபோதே எனக்கு வயிறு பகீல்னு இருக்குது... நீ சும்மா தமாஷ் பேசறியே..."

"டே! தழும்பைப் பார்த்தாலே நீ பதறிப் போறே... இந்த இடத்திலே இருந்து இரத்தம் குபுகுபுன்னு வந்ததைப் பார்த்தே மனசு துளிகூடப் பதறலியே, என்னோட எஜமானுக்கு, தெரியுமா...."

"யாரண்ணேன் இந்தக் கொடுமையைச் செய்த பாவி?"

“புண்ணிய கோட்டீஸ்வர அய்யர்னு பேர்டா அவருக்கு. முட்டாப் பயலே! அவரைப் போயி பாவின்னு பேசறியே.... பாவி என்கிற பட்டம் இருக்குதே, அது நம்மாட்டம் பஞ்சைப் பராரிகளுக்குன்னேதான் ஏற்பட்டதுடா... பெரிய இடத்துப் பக்கம்கூட அது தலைகாட்டாது... எட்டு வயது எனக்கு... குண்டுக் கட்டையன்னுதான் கூப்பிடுவாங்க... கோபமா இல்லே... செல்லமா... அப்படி இருப்பேன். புண்ணிய கோட்டீஸ்வர அய்யர் ஓட்டலிலே வேலை... மேஜை துடைக்கறது, எச்சில் எடுக்கறது, பாத்திரம் துலக்கறது, இதெல்லாம்...”

“அண்ணேன்! கோபம் செய்து கெள்ளாதே.. அம்மா அப்பா உன்னை எட்டு வயதுக்கேவா உழைக்க விட்டுவிட்டாங்க...”

“அம்மா இருந்தா என்ன சொல்லியிருப்பாங்கன்னு தெரியாது; அப்பாதான் அம்மாவை விட்டுவிட்டுப் போயிட்டாரே, முன்னாலேயே, சிவலோகம்... ஒரு விறகு பிளக்கற ஆளை அப்பா அம்மான்னு கூப்பிட்டுக்கிட்டு இருந்தேன். என்னை வளர்த்தவரு... அவருக்கு என்ன கூலி கிடைக்கும்? சொல்லணுமா... அதனாலே ஓட்டல் வேலைக்குப் போனேன்...”

“வேலை செய்கிறபோது எங்காவது உயரமாக ஏறிக் கீழே விழுந்துட்டயா...”

“உயரக்க ஏறி! ஆளைப்பாரு! நாம் குப்பை மேட்டுக்காரரு... கோபுரமா ஏறிடுவோம்... கீழே விழுந்ததாலே ஏற்பட்டது இல்லா.... செம்மையான அடி விறகுக் கட்டையாலே...”

“ஓட்டல்காரனா அடிச்சான்?”

“அவனுக்கு அதுதான் வேலையா... ஓர் ஆளைக் கூப்பிட்டு அடிடான்னு உத்தரவு போட்டான். அவன் எடுத்தான் விறகுக் கட்டையை; கொடுத்தான் பலமா, கொட்டு கொட்டுன்னு இரத்தம் கொட்டிச்சு.”

“ஏன், நீ என்ன தப்பு செய்தே...?”

“பாரேன் உன்னோட புத்தியை. மாறமாட்டேன்குதே அந்தப் புத்தி. ஏழை தப்பு செய்துதான் இருப்பான். அதனாலேதான் அடி வாங்கி இருக்கிறான்னு தீர்மானமா எண்ணிக் கொள்றே... உன் பேர்லே குத்தம் இல்லேடோய்! குப்பத்திலே கிடக்கிறபோது வேறு என்ன நினைப்பு வரும்... போன ஜென்மத்திலே ஏதோ பெரிசா பாவம் செய்து விட்டதாலேதான் இப்ப இப்படி இருக்கிறோம்னு சொல்ற கூட்டந்தானே நாம... மடப்பயலே! தப்பு செய்யததாலே இந்த அடி கொடுக்கலே... அய்யருக்குப் பிடிக்காத காரியம் செய்தேன்... அதனாலே அவருக்குக் கோபம்.... ஏன் அந்தக் காரியம் அவருக்குப் பிடிக்கலேன்னு கேட்பே. ஏன் பிடிக்கலேன்னா நான் செய்த காரியத்தாலே அய்யருக்கு நஷ்டம். அதனாலே கோபம். புரியலையா இது? புரியாது. அதோ... மேலே ஆகாசத்திலே ஆயிரமாயிரமா தேவர்கள் இருக்கறாங்கன்னா போதும், இருக்கும்னு சொல்லுவே புரிந்தவன்போல.... கேள் – நடந்ததை... வழக்கம்போல மேஜை துடைத்துவிட்டுப் பாத்திரத்தைக் கழுவ எடுத்துக்கிட்டுப் போனேன், உள் பக்கம்... சமையற்கட்டு பக்கம். இட்லிக்கு மாவு ஆட்டிக்கிட்டு இருந்தான் வேலைக்காரன். எங்கோ பார்த்துக்கிட்டிருக்கிறான் என்ன கவலையோ அவனுக்கு! தடால்னு மேலே இருந்து ஒரு பல்லி விழுந்தது பாரேன் மாவிலே... பார்த்ததும் பதறிப் போயிட்டேன். அவன் அதைப் பார்க்காமலே மாவை அரைக்கிறான். பல்லி கூழாயிட்டிருக்கும்; மாவோடு சேர்ந்து போச்சு. பல்லி, பல்லின்னு ஒரு கூச்சல் போட்டேன். அப்பத்தான் விஷயம் விளங்கிச்சி அவனுக்கு. கூழாயிப்

போனதுபோக மிச்சம் இருந்த பல்லித் துண்டை, துழாவித் துழாவி எடுத்து வெளியே போடப்போனான். இதற்குள்ளே சமையற்கட்டு ஆளுங்க கூடிட்டாங்க. பல்லி விழுந்து செத்துத் தொலைந்துவிட்டது. விஷமாச்சே! அந்த மாவை இட்லிக்கு உபயோகப் படுத்தினா சாப்பிடறவங்க என்ன கதி ஆவாங்க? எனக்கு அந்த எண்ணம்.... பல்லி! பல்லின்னு! கூவிக்கிட்டே ஓடியாந்தேன் அய்யரிடம் சொல்ல. பின்னாலேயே துரத்திக்கிட்டு போயிட்டான் என்னை, ஓட்டல் பின்புறம். விடு என்னை விடு! நான் அய்யர்கிட்டே சொல்லப்போறேன். மாவிலே பல்லி, பல்லின்னா விஷம்! இட்லி சாப்பிட்டா செத்துப் போயிடுவாங்க... அப்படி இப்படின்னு ஒரே கூச்சல்... அய்யரே வந்துவிட்டார். நான் அவரிடம் விஷயத்தைச் சொல்லுகிறதுக்குள்ளே மாவு அரைக்கிறவனே அவரிடம் இரகசியமாக எதையோ சொன்னான். அய்யர் உடனே என் பக்கம் வந்து ‘டேய் குண்டுக்கட்டை! வாயைப் பொத்திக்கிட்டு இருக்கமாட்டே. ஓட்டல் பெயரையே நாசம் ஆக்கிவிடுவே போலிருக்கிறதே! விழுந்த பல்லியைத்தான் வெளியே எடுத்துப் போட்டாச்சே! நீ எதுக்காக வருகிறவனெல்லாம் பயம் கொள்ற மாதிரி பல்லி, பல்லின்னு கத்திக்கிட்டு இருக்கேன்’னு கேட்டார். பதறிப் போயிட்டேன்! பல்லி செத்துக் கூழாயிப் போய்விட்டது. விஷம்! நான் எல்லோருக்கும் சொல்லத்தான் போறேன்னு சொன்னேன். அப்பதான் அய்யரு போட்டாரு. போட்டாரா.. வேலையாள் ஒருத்தன் அங்கே கிடந்த கட்டையாலே பலமாகப் போட்டான்... குழகுழன்னு...இரத்தம்.

“யாருமே கேட்கலியா என்ன இது? ஏன் அடிக்கறிங்கன்னு...”

“நீ ஒரு முட்டா பயதானே! ஏண்டா அவனுக்கு அதுதானா வேலை. சாம்பார் கொஞ்சம் போடு, அய்யர் சட்னி கொண்டா, வடை சூடா கொடு... காப்பிக்குச் சக்கரை அப்படி இப்படின்னு அவனவன் நாக்கு ருசியைக் கவனிச்சிக்கிட்டு இருக்கிறான். அந்த நேரத்திலேயா எவனை எவன் அடித்தான்! ஏன் அடிச்சான்! என்று கேட்கத் தோணும். அடேயப்பா!

அப்படிக் கேட்கிற சுபாவம் மட்டும்இருந்துதுன்னா உலகம் இப்படியா இருக்கும். ஒரு பயலும் ஒன்னும் கேட்கலே. இரத்தம் அதிகமாகக் கொட்டறதைப் பார்த்து அய்யரேதான் வேறே ஓர் ஆளைப் பார்த்து அடுப்படிக் கரித்தூளை அரைச்சித் தடவுடான்னு சொன்னாரு. இந்தச் சின்ன வயசிலே திருட்டுக் கையிருந்தா, பெரிய பயலானா வழிப்பறி கொள்ளையல்ல நடத்துவான்'' என்று கூறிக்கொண்டே வியாபாரத்தைக் கவனிக்கச் சென்றுவிட்டார்.

'அடப் பாவிப்பயலே! இப்படி ஈவு இரக்கம் இல்லாமலா?'

"டேய்! என்னைத்தாண்டா பலபேர் 'பாவிப்பயலே! எனக்கேண்டா திருட்டுப் புத்தி! ஓட்டலிலே வயிறு நிறைய காட்டறாங்களே போதாதா' என்று கேட்டுப் புத்தி சொன்னாங்க."

"அய்யர் சொன்னதையே நம்பிவிட்டாங்களா!"

"நம்பாம, நான் சொன்னதையா நம்புவாங்க... யே, அய்யர் சொன்னதைத்தான் நம்பியிருப்பே... கொஞ்சம் முணுமுணுத்து இருந்தா போடற இட்லியிலே கொஞ்சம் பெரிசாப் பார்த்துப் போட்டா போதுமே, பல்லை இளிச்சிக்கிட்டு அவர் பக்கம் சேர்ந்துவிடமாட்டயா!"

இப்படி நடந்தது பற்றிக் கூறுவான் மாகாளி. கேட்கும் குப்பத்து ஆட்கள் 'ஐயோ பாவம்! ஐயோ பாவம்' என்று கூறி பச்சாதாபம் காட்டுவார்கள். அதிலே மாகாளி என்றும் திருப்தி அடைந்துவிடுவதில்லை.

'அக்கிரமத்தைக் கண்டால் எனக்கு, ஆத்திரம் ஆத்திரமாக வருகிறது. இது இன்று நேற்று ஏற்பட்ட சுபாவம் அல்ல.

கூடவே பிறந்த சுபாவம்னு நினைக்கிறேன். நமக்கு என்ன என்று இருந்துவிட மனம் ஒப்புவதில்லை. அக்கிரமத்தைக் கண்டிக்க எல்லோருக்கும் உரிமை இருக்கிறது. கடமை இருக்கிறது என்று அழுத்தமான நம்பிக்கை எனக்கு. கடமை என்ற எண்ணம். அந்தக் கடமையைச் செய்யும்போது எந்தத் தொல்லை வந்தாலும் தாங்கிக் கொண்டாக வேண்டும் என்று ஓர் உறுதி. இரத்தத் தழும்புகள் அந்த உறுதியின் சின்னங்கள்'' என்று கூறுவான்.

மாகாளி குப்பத்து பாணியில்தான் பேசினான். அவனுடன் பழகியவர்களிலே பலரும் அதே பாணியிலேதான் பேசினார்கள். நான் அந்தப் பாணியிலேயே முழுவதும் எழுதிக் கொடுக்கவே எண்ணினேன். ஆசிரியர் ஒப்புக்கொள்ளவில்லை. அதனால் சில பகுதிகளை அவர் விரும்பிய விதமாகவும் எழுதினேன். முக்கியமானதைக் கூற மறந்துவிட்டேன் நான் 'மரபு' இதழில் துணையாசிரியன்.

எங்கள் மரபு இதழில் வியப்பு அளிக்கும் உண்மை நிகழ்ச்சிகள் ஒரு தனிச்சுவையுள்ள பகுதி. உங்களிடம் உண்மையை ஒப்புக்கொள்வதிலே என்ன தவறு? பெரிய புள்ளிகள் நடக்காதவற்றைக்கூட உண்மையில் நடந்ததாகச் சொல்லுவார்கள். எங்களுக்கு அவர்கள் சொல்வது பொய் என்று தெரியும். தெரிந்ததும், வெளியிடுவோம் வியப்பளிக்கும் உண்மை நிகழ்ச்சி என்று. எமது மரபு இதழில் இந்தப் பகுதிக்குத் தலைப்பு, 'அதிசயம் ஆனால் உண்மை' என்பதாகும்.

வேட்டையாடுவதில் திறமைமிக்கவர் என்று பெயர் பெற்ற வெட்டியூர் மிட்டாதாரர் குட்டப்ப பூபதியாரைப் பேட்டி கண்டு, 'அதிசயம் ஆனால் உண்மை' பகுதிக்கான தகவலைப் பெற்றுவரச் சொல்லி ஆசிரியர் என்னை ஒருநாள் அனுப்பி வைத்தார். வழக்கமாகக் கிடைக்கும் தகவல்கள் கிடைத்தன. காட்டெருமை அவரைக் கீழே தள்ளி தொடையில் ஆழமாகக்

குத்திவிட்டதாம், ஒரு தடவை; வடு இருந்தது. போட்டோகூட எடுத்துக்கொண்டேன். எனக்கென்னவோ அந்த வடு அறுவைச் சிகிச்சையின் விளைவு போலத் தெரிந்தது. ஆனால் மிட்டாதாரர் கூறுகிறாரே, காட்டெருமை குத்தியதால் ஏற்பட்ட வடு என்று. காட்டெருமைத் தலையைக்கூடக் காட்டினார். மாளிகைக் கூடத்திலே படம் போட்டுத் தொங்க விடப்பட்டிருந்தது. வெட்டியூரார் உடம்பில் காணப்பட்ட தழும்புகளைக் குறித்த விவரத்தை எழுதிக் கொடுத்தேன். எழுத எழுத எனக்கு ஒரு விதமான கசப்புணர்ச்சி, வெறுப்புணர்ச்சி. இவர் இந்த வடுக்களைப் பெற்றதனால் உலகுக்கு என்ன பலன்? உலகிலே ஏதாவது ஒரு நல்ல காரியம் செய்வதிலே ஈடுபட்டு, அதிலே காயம் ஏற்பட்டு, அது வடுவாகி இருந்தால் அதுபற்றிப் பெருமைப் படலாம். உல்லாச புருஷனின் பொழுதுபோக்கு வேட்டையாடுவது. இதிலே ஏற்பட்ட 'வடு' பற்றிப் பெருமைப்பட என்ன இருக்கிறது என்று எண்ணிக்கொண்டேன். வெளியே சொல்லத்தான் முடியுமா! அவருடைய தயவினால் மரபு இதழுக்கு ஆயுள் சந்தாக்காரர்கள் மட்டும் அறுபது பேர் கிடைத்தார்கள். ஒரு சந்தா ஆயிரம் ரூபாய்!

தமிழாசிரியர்கள், பழந்தமிழ் மன்னர்கள் களத்திலே கலங்காது நின்று போராடிப்பெற்ற விழுப்புண் பற்றிப் பெருமிதத்துடன் பேசக் கேட்டிருக்கிறேன். புகழின் சின்னம், வீரத்தின் முத்திரை, வெற்றிக் குறிகள் என்றெல்லாம் பாராட்டுவர். ஓரளவுக்கு இது பெருமைக்குரியதுதான். ஆனால் இதிலேயும் மன்னர்களுக்கு மூண்டுவிட்ட போர்தான் அடிப்படைக் காரணமாக அமைந்திருக்கிறது. யாரோ ஒருவருக்கு ஏற்படும் அக்கிரமம் கண்டு கொதித்து எழுந்து போராடிப் பெற்ற வடு அல்லவா முழுப் பெருமிதம் தரத்தக்கது என்று எண்ணிக் கொண்டேன்.

அந்த எண்ணம் வளர வளர, சாமான்யர்கள் என்ற வரிசையிலே இருந்தபோதிலும் பிறருக்காகப் பாடுபட்டு இன்னல் ஏற்றுக்

கொண்டவர்கள் இருப்பார்களே. அவர்களைக் கண்டு பேசி, அவர்களின் வாழ்க்கையிலே நடைபெற்ற வியப்பளிக்கும் நிகழ்ச்சிகளை அறிந்து கொள்ள வேண்டும் என்ற ஆர்வம் பிறந்தது. ஆசிரியரிடம் கூறினால் பெற்றுக் கொள்வார் என்ற நம்பிக்கை ஏற்படவில்லை. ஆகவே, இதழுக்காகத் தகவல் சேகரித்திடும் நேரம் போக, மிச்ச நேரத்தை என் இருதயம் விரும்பிய காரியத்துக்காகச் செலவிட்டு வந்தேன். அப்போதுதான் மாகாளி எனக்குக் கிடைத்தான்.

ஒரு மருத்துவமனையில் மாகாளி கிடத்தப்பட்டிருந்தான், உடலெங்கும் கட்டுகளுடன். ஆபத்து நீங்கிவிட்டது. ஆள் பிழைத்துக் கொள்வான், குறைந்தது மூன்று மாதம் மருத்துவமனையில் இருக்கவேண்டும் என்று கூறினார்கள். மறந்துவிட்டேனே, நான் மருத்துவமனையில் சென்றது மாகாளியைப் பார்க்க அல்ல; புதிய மோட்டாரில் ஏறும்போது கால் வழுக்கிக் கீழே விழுந்துவிட்ட அனாதை விடுதி தர்மகர்த்தா அய்யப்பனைக் கண்டு தகவல் சேகரிக்கச் சென்றிருந்தேன்.

நாளிதழ்கள், அய்யப்பன் மோட்டாரில் ஏறப்போகும்போது கால் வழுக்கிவிட்டது. காரணம் அவர் போட்டிருந்த கால் செருப்பின் அடிப்பாகம் ரப்பராலானது; வழவழப்பானது என்று எழுதி இருந்தன.

வழவழப்பான ரப்பர் அடிப்பாகம் கொண்ட புதுவிதச் செருப்புத் தயாரித்து விற்பனை செய்யும் கம்பெனியாருக்குக் கடுங்கோபம். அவர்கள் உடனே மரபு ஆசிரியரைக் கண்டு அய்யப்பன் வழுக்கி விழுவதற்கான உண்மைக் காரணத்தைக் கண்டு அறியும்படிக் கூறி இருந்தனர். நான் மருத்துவமனை செல்ல நேரிட்டது, இந்தக் காரணத்தால்.

அய்யப்பன், பலமாக மறுத்தார். கால் வழுக்கிக் கீழே விழவில்லை! கண் இருண்டது. மயக்கம் ஏற்பட்டது; திடீர் மயக்கம். காரணம் என்ன தெரியுமா என்று கேட்டு உருக்கமான செய்தி கூறினார். அவர் மோட்டாரில் ஏறப்போகும்போது ஒரு சிறுவனைக் கண்டாராம், பாதையின் மற்றொரு பக்கத்தில் அவன் கண்களிலே தெரிந்த துயரத்தைக் கண்டதும், ‘ஆண்டவனே, இப்படிப்பட்ட அனாதைகளை இரட்சிக்கும் தொண்டினைப் பரிபூரணமாக என்னால் செய்ய முடியவில்லையே! போதுமான பணமில்லையே. முந்நூறு குழந்தைகளை மட்டுந்தானே இரட்சிக்க முடிகிறது. இதோ ஒரு மொட்டு கருகிக் கொண்டிருக்கிறதே’ என்று எண்ணினாராம். உடனே ஒரு மயக்கம். கண் இருண்டது; கீழே சாய்ந்தார். அய்யப்பன் சொன்னது இது. அதிசயம் ஆனால் உண்மை. தொழில் முடிந்ததும் நான் மருத்துவமனையில் கிடந்த மற்றவர்களைப் பார்த்தபடி கிடந்தேன். மாகாளி உடலெங்கும் கட்டுகளுடன் கிடத்தப்பட்டிருந்தான். அவனருகே நின்று கொண்டு பரிவுடன் பழம் சாப்பிடச் சொல்லி, நின்று கொண்டிருந்த இளமங்கையைக் கண்டதும், எனக்கு வியப்பாகிவிட்டது. பெண் பெரிய இடத்தில் வாழ்க்கைப்பட்டு, ஏதோ சச்சரவு காரணமாகக் கணவனைப் பிரிந்து தனியாகிப் பள்ளிக்கூடத்தில் ஆசிரியை வேலை பார்த்து வருபவள்; மாஜி பெரிய இடம். பெயர் வள்ளி.

----

(2)

திருமணத்தின்போது வள்ளியாச்சியார் என்பது பெயர்.

வள்ளியிடம் நான் பேசியதுகூட படுத்துக் கிடப்பதனைப் பற்றிய சேதி தெரிந்து கொள்ள அல்ல; பெரிய இடத்திலே வாழ்க்கைப்பட்ட வள்ளி ஏன் கணவனை விட்டுப் பிரிய நேரிட்டது என்பது பற்றிய தகவல் பெறத்தான். வழக்கம்போல வள்ளி அந்தத் தகவல் தர மறுத்துவிட்டாள். மாகாளி பற்றிய தகவலைக் கூறலானாள். மெல்ல மெல்லத்தான் எனக்கு மாகாளி பற்றிய தகவலில் சுவை ஏற்பட்டது. வள்ளி தந்த தகவலைத் தொடர்ந்து, மாகாளியிடமும், அவன் இருந்துவந்த குப்பத்து ஆட்களிடமும், தொடர்புள்ள வேறு பலரிடமும் கேட்டுப் பல தகவல்களைத் தெரிந்துகொண்டு 'தழும்புகள்' என்ற தலைப்பிட்டு 'மரபு' இதழுக்கு அளித்தேன். அவர் என்னையும் வருத்தப்படவிடக்கூடாது, 'மரபு மேற்கொண்டுள்ள மரபும் பாழ்படக்கூடாது' என்று 'தழும்புகள்' தனி ஏடாக வெளிவர ஏற்பாடு செய்தார். அதன் துவக்கப் பகுதியைத்தான் இதுவரை நீங்கள் பார்த்தீர்கள். இனி மாகாளி பற்றி நான் தெரிந்து கொண்ட தகவல்களில் சிலவற்றைத் தருகிறேன். நிகழ்ச்சி நடைபெறுவது போன்ற வடிவத்தில்.

(ஒரு சிற்றூரின் சாலை வழியில் ஓர் இரட்டை மாட்டு வண்டி செல்கிறது. சலங்கை மணி பூட்டப்பட்ட பெரிய காளைகள் வண்டியில் பூட்டப்பட்டு உள்ளன.)

உடற்கட்டும், அழகான தோற்றமும் உள்ள வாலிபன், வண்டியை ஓட்டிச் செல்கிறான். வண்டிக்குள் திண்டு போட்டுச் சாய்ந்து கொண்டிருக்கிறார். நாற்பத்தைந்து

வயதான ஒரு மிராசுதாரர். சில்க் சட்டையும் வேட்டியும் போட்டுக் கொண்டு இருக்கிறார். காதிலும் கைவிரல்களிலும் வைரம் மின்னுகிறது. நெற்றியில் சந்தனப் பொட்டு இருக்கிறது.

வெள்ளிப்பூண் போட்ட அலங்காரத் தடி அவருக்குப் பக்கத்திலே இருக்கிறது.

வெள்ளி வெற்றிலைப் பெட்டியும் வெட்டிவேர் விசிறியும் வண்டியில் இருக்கின்றன. வழியில் வருவோர் போவோர் அவரைக் கண்டதும் மரியாதை செய்கிறார்கள்.

மிராசுதாரர் : டே, மாகாளி! தட்டி ஓட்டேண்டா மாட்டை! தடவிக் கொடுக்கறியே... ஓட்டு, ஓட்டு சுருக்கா....

மாகாளி : வாயில்லா ஜீவனாச்சிங்களே... வேகமாத்தான் போகுது... தா! தா!

(மெதுவாகத் தட்டுகிறான்; வேகமாக வண்டி செல்கிறது.)

வயல் காட்சிகளைப் பார்த்து மாகாளி ரசித்துக் கொண்டிருக்கிறான்.

மிராசுதாரர் எதையோ எண்ணி, மகிழ்ந்து கொண்டு இருக்கிறார்.

ஓர் இரயில்வே கேட் தெரிகிறது.

இரயில், தொலைவில் வருகிறது.

கேட், மூடிவிடுகிறார்கள். வண்டி நிற்கிறது. இரயில் செல்கிறது.

கேட் திறக்கப்பட்டு வண்டி செல்கிறது.

மாகாளி : (ஆவலாக) ஏங்க... இரயிலைப் பாருங்க, முதமுதல் கண்டுபிடிச்சது...

மிராசு : (கோபமாக) ஆ... உங்க பாட்டன்... ஓட்டேண்டா, வண்டியை, பெரிய விசாரணை நடத்தறான்.

மாகாளி : (சலித்துக்கொண்டு) தெரியல்லேன்னா தெரியாதுன்னு சொல்லிட்டுப் போங்களேன். அதுக்கு ஏங்க இப்படி எறிஞ்சி விழறீங்க. நீங்களெல்லாம் படிச்சவங்களாச்சே, தெரிஞ்சிருக்கும்னு கேட்டேன்.

மிராசு : வரவர உனக்கு வாய்த்துடுக்கு அதிகமாயிட்டுது; கிண்டல் பேச்சு, விதண்டாவாதம் வளருது... அன்னக்கி ஒருநாள் நீ என்ன கேட்டே, எமனுக்கு எருமைக்கடா வாகனம்; எப்படிப் பொருந்தும்னு கேட்டல்லே நீ... இரு, இரு, உன்னை...

மாகாளி : (சிரித்தபடி) நீங்க ஏங்க அதுக்காக இவ்வளவு கோபப்படறிங்க... பூலோகம் வந்து, பாசக் கயிறு வீசி, உயிர்களைப் பிடித்துக்கொண்டு போகிறவன்தான் எமன்; அவனுக்கு ஒரு வாகனம் எருமைக்கடான்னு சொல்லவே, அவசரமான வேலையாச்சே, ஒரு குதிரையாவது வாகனமா இருக்கப்படாதா, எருமைதானா இருக்கணும், அது அசைஞ்சு அசைஞ்சு அல்லவா நடக்கும்னு கேட்டேன்...

மிராசு : ஏன் கேட்கமாட்டே... நம்ம வீட்டுச் சோறு அப்படிப்பட்டது...

மாகாளி : நீங்க தின்ன மிச்சம்தானுங்களே, நமக்கு.

மிராசு : சரி, சரி... ஓட்டு.

(கிராமம் வந்து சேருகிறது, வண்டி; ஒரு பெரிய ஆலமரத்தடியைக் காட்டி...)

மிராசு : வண்டி இங்கேயே இருக்கட்டும்... நான் ஊருக்குள்ளே போயி காரியத்தைப் பார்த்துவிட்டு வர்றேன்... டேய்! மாட்டைப் பார்த்துக்கோ... ஜமக்காளம் இருக்கு, திண்டு கிடக்கு, நீ பாட்டுக்கு, எங்காவது சுத்தக் கிளம்பிடாதே...

(வெள்ளி வெற்றிலைப் பெட்டியையும், தடியையும் எடுத்துக் கொண்டு மிராசுதாரர் கிராமத்துக்குள்ளே செல்கிறார்.)

வண்டியை அவிழ்த்து விட்டுவிட்டு, மாடுகளுக்கு வைக்கோல் போட்டுவிட்டு, மரத்தடியில் உட்கார்ந்து கொண்டு, ஆட்டுக்குட்டிகள் துள்ளி விளையாடுவதை வேடிக்கை பார்த்துக் கொண்டு இருக்கிறான் மாகாளி.

மாலை நேரம் வருகிறது; பறவைகள் கூட்டம் கூட்டமாகக் கூடுகளை நோக்கிப் பறந்து செல்கின்றன.

ஆடுகளை மடக்கி சிறுவன் ஊருக்குள்ளே ஓட்டிக்கொண்டு போகிறான்.

வாத்துகளை, வயலில் மேயவிடுகிறான் ஒருவன்.

இருள் மெல்ல மெல்ல வருகிறது.

"டேய்! மாகாளி! மாகாளி! டேய்!" என்று பதறிக் கூவியபடி மிராசுதாரர் ஓடிவருகிறார் அலங்கோலமாக.

அருகே வந்துகொண்டே, *'கட்டுடா, வண்டியை பூட்டுடா சீக்கிரம்'* என்று மேல்மூச்சு வாங்கும் நிலையில் கூறிக்கொண்டே மிரள மிரள, ஊர் பக்கம் பார்க்கிறார். வண்டியைப் பூட்டித் திருப்பி நிறுத்துகிறான் மாகாளி.

"விடாதே! விடாதே! பிடி! டேய் நில்லு!" என்று கூவிக் கொண்டே தடிகளுடன் நாலைந்து பேர் மிராசுதாரரை நோக்கி ஓடி வருகிறார்கள் தாக்க.

மிராசு : (நடுநடுங்கி) மாகாளி! கொலைகாரப் பசங்களைப் பாருடா.

என்று கதறுகிறார்.

முதலில் தடியை ஓங்கினான் ஒருவன். மாகாளி, தடியைப் பிடித்து இழுக்க, அவன் கீழே விழுந்துவிட்டான். தடி மாகாளியிடம் சிக்கியது.

(மற்றவர்களைத் தடியால் தாக்க ஆரம்பித்தான். மாகாளி மிராசுதாரர் வண்டியின் மறைவில் நின்று கொள்கிறார் சுழன்று சுழன்று தாக்குகின்றான். தாக்க வந்தவர்கள் மிரண்டோடுகிறார்கள். மாகாளி, மிராசுதாரரை வண்டியில் ஏறச்சொல்லி ஜாடை காட்டிவிட்டு வண்டியை ஓட்டுகிறான்.)

மிராசு : வேகமாக ஓட்டுடா மாகாளி! விஷக்கடி வேளைடா... ஊருக்கு இருட்டறதுக்குள்ளே போயிடலாம்.

மாகாளி : பொழுது இன்னும் சரியாச் சாயக்கூட இல்லே, அதுக்குள்ளே வழிமடக்கி அடிக்க வந்தானுங்களே!

மிராசு : வழிமடக்கி அடிக்கிறவனுங்க இல்லேடா அவனுங்க; கொலைகாரப் பசங்க. என்னைத் தீர்த்துக் கட்டிவிட வந்தானுங்க, தடியும் தாம்பும் தூக்கிக்கிட்டு.

மாகாளி : எதனாலே விரோதமுங்க... ஏதாவது நிலத் தகராறு?

மிராசு : வண்டியை ஓட்டுடா வேகமா! விவரம் கேட்டுகிட்டு இருக்க இதுவா நேரம்.

மாகாளி : பயப்படாதீங்க! நான் இருக்கறேன்... என்னை அடிச்சிப் போட்டுட்டுதானே உங்ககிட்ட வரவேணும்; பயப்படாதீங்க.

மிராசு : படுபாவிப் பசங்க! இந்த மாதிரித் திட்டம் போடுவாங்கன்னு தெரிஞ்சிருந்தா நான் அந்தச் சனியனுக்கு ஆசைப்பட்டே இருக்கமாட்டேன்.

மாகாளி! உன் மனசோட போட்டு வை. அந்தக் கிராமத்திலே நமக்கு வேண்டியவ ஒருத்தி இருக்கறா.
(மாகாளியின் முகம் இலேசாக மாறுகிறது.)

எப்படியோ, கர்மம், அந்தச் சிநேகம் ஏற்பட்டுப் போச்சி.

(மாகாளி கோபம் கொள்கிறான்.)

மிராசு : மூணு முடிச்சி போடுங்க, மூணு முடிச்சுப் போடுங்கன்னு சொல்லிக்கிட்டே இருப்பா. அவ என்னத்தைக் கண்டா. ஊருக்கு அவமானம், குலத்துக்கு அவமானம்னு யாரோ கலகம் செய்து விட்டாங்க... ஆகட்டும் பார்க்கலாம், ஆகட்டும் பார்க்கலாம்னு சொல்லிக்கிட்டே இருந்தேன்.

மாகாளி : அடுக்குமா இந்த அக்கிரமம்? நம்பினவளைமோசம் செய்யலாமா... அவ கதி என்ன ஆகும்?

மிராசு : அதாண்டா மாகாளி, அப்படி எல்லாம்தான் கூவி, கொக்கரிச்சி, கோவிலுக்கு வா, சாமி எதிரே அவளுக்குத் தாலி கட்டு என்று சொல்லி, இழுத்துக்கிட்டுப் போனாங்க...

மாகாளி : நீங்க அவங்களை ஏமாத்திவிட்டு தப்பித்துக் கெண்டு வந்துட்டிங்க...

மிராசு : அது தெரிஞ்சிதான், தடி தூக்கிகிட்டு ஓடி வந்தாங்க, என்னைக் கொன்றுபோட.

(.வண்டியின் வேகம் குறைகிறது. மாட்டுக் கயிற்றை இழுத்துப் பிடிக்கிறான் மாகாளி.)

மாகாளி : நான் இருந்தேன், மடையன் – அவங்களைத் துரத்திவிட்டு, தர்மப் பிரபுவைக் காப்பாத்த...

(வண்டியை எதிர்ப்பக்கம் திருப்புகிறான்.)

மிராசு : டே! டே! என்னடா இது? என்னடா இது...

மாகாளி : இதுவா... வண்டி கிராமத்துக்குப் போகுது. அநியாயக்காரப் பாவி! ஒரு பெண்ணைக் கெடுத்துவிட்டு தப்பித்துக் கொள்ளவா பார்க்கறே...

(மிராசுதாரர் வண்டியை விட்டுக் கீழே குதிக்க முயலுகிறார். ஒரு கரத்தால், அவரை இழுத்துப் பிடித்துக் கொண்டு.)

மாகாளி : அவங்களை ஏமாத்தினதுபோல என்கிட்டே செய்தே, எலும்புக்கு ஓர் அடின்னு எண்ணி எண்ணி கொடுப்பேன்... நான் ஒரு மடப்பய! என்ன விஷயம், ஏன் துரத்திகிட்டு வர்றாங்கன்னு கேட்டனா? பாவம், அவனுங்களை, தாக்கினேன் பலமா...

மிராசு : மாகாளி! மாகாளி! உன்னைக் கையெடுத்துக் கும்பிடுகிறேண்டா! காலிலேகூட விழறேண்டாப்பா வண்டியை நிறுத்து... கிராமம் போகாதே! வெட்டிப்போட்டு விடுவாங்கடா.

மாகாளி : நீ செய்திருக்கிற காரியத்துக்கு வெட்டிப் போடாமே, விருந்து வைத்து அனுப்புவாங்களா?

மிராசு : ஆயிரம், ஐந்நூறு வேணுமானாகூடக் கொடுத்துடறேண்டா மாகாளி!

மாகாளி : யாருக்கு, எனக்குத்தானே?

மிராசு : அவளுக்கும் வேணுமானா தர்றேண்டா அப்பா.

மாகாளி : எதை? பணத்தைத்தானே! பணம் தவிர வேறு என்ன இருக்கு உன்னிடம் கொடுக்க? பணம் இருக்குது, என்ன பாவம் வேணுமானா செய்து தப்பித்துக் கொள்ளலாம் என்ற நெஞ்சழுத்தம். நல்லவேளை வழியிலேயாவது நான் என்ன

விஷயம்னு கேட்டனே! இல்லையானா உன்னுடைய அக்கிரமத்துக்கு நானும்தானே உடந்தையாகி இருப்பேன்.

மிராசு : மாகாளி! என்னை என்னதான் செய்யப் போறே! அந்தப் பயல்களிடம் விட்டுக் கொலை செய்யச் சொல்லப் போறியா?

மாகாளி : செய்வேனா அப்படி! அப்புறம் அந்தப் பொம்பளையோட கதி என்ன ஆகிறது. கூட்டிக்கிட்டு வாங்கய்யா கோவிலுக்கு என்பேன். பெரியவங்களைப் பெத்தவங்களைக் கூப்பிடுன்னுவேன். உம்... ஆகட்டும்னு சொல்லுவேன். மறுபேச்சு பேசாமே, அந்தப் பொம்பளை கழுத்திலே தாலியைக் கட்டணும். நான்தான் தோழி மாப்பிள்ளை. நடந்தா அந்தக் கலியாணம் நடக்கணும். இல்லே, நிச்சயமா கொலை நடக்கும்.

(கிராமத்துக்குள் வண்டி வருகிறது. கிராமத்து ஆட்கள்) 'டேய்! வந்துட்டான்டா ஊருக்குள்ளேயே' என்று கூவி கும்பலாகச் சேருகிறார்கள். தொலைவிலிருந்து சிலர் கற்பனை வீசுகிறார்கள், மாகாளியைக் குறிவைத்து. மாடுகள் மிரளுகின்றன. மாகாளி ஏர்க்காலில் நின்று கொண்டு, மாடுகள் மிரண்டு ஓடாதபடி கயிற்றையும் இழுத்துப் பிடித்துக் கொண்டு கிராமத்து மக்கள் போடும் கூச்சலை அடக்கும் அளவுக்குக் குரலை உயர்த்தி...

மாகாளி : பெரியோர்களே! தாய்மார்களே! அமைதி! அமைதி! நான் சொல்வதைக் கேளுங்கள்.

('போடா, டோய்!' என்ற கூச்சல் கிளம்புகிறது. கற்கள் மாகாளி மீது விழுகின்றன. இரத்தம் கசிகிறது.)

மாகாளி : ஆத்திரம் வேண்டாம், இதோ மிராசுதாரரை அழைத்து வந்திருக்கிறேன்... கலியாணம் செய்து கொள்ள வந்திருக்கிறார்....

(பலர் கை தட்டுகிறார்கள். சிலர், மற்றவர்களைக் கூச்சல் போடாதீர்கள் என்று அடக்குகிறார்கள்; சத்தம் அடங்குகிறது.)

மாகாளி : முதலிலே எனக்கு உண்மை தெரியாததால், கிராமத்து மக்களை அடித்து விட்டேன். மன்னிக்க வேண்டும் என்னை. இப்போது, நான் உங்கள் பக்கம்... கிராமத்தார் பக்கம்..

(கை தட்டுகிறார்கள்.)

நீதியின் பக்கம் நிற்கிறேன். அக்கிரமத்துக்குத் துணை போக மாட்டேன். மிராசுதாரர் வந்திருக்கிறார். கோவிலுக்குப் போகலாம்... பெண்ணைக் கூப்பிடுங்கள்...

அனைவரும் மகிழ்ச்சி ஆரவாரத்தோடு, மாகாளியிடம் வருகிறார்கள். மிராசுதாரர் வண்டியிலிருந்து கீழே இறக்கப்படுகிறார்.

தலைவிரி கோலமாக இருக்கும் பெண் இழுத்து வரப்படுகிறாள். மாகாளியின் காலைத் தொட்டுக் கும்பிடுகிறாள்.

ஓர் ஆள் ஓடி வந்து, ‘கோவிற் கதவைப் பூட்டிக் கொண்டு ஐயர் எங்கோ போய்விட்டார்’ என்று கூறுகிறான்.

மாகாளி : பரவாயில்லை! மேலே நிலவும் நட்சத்திரங்

களும்! சுற்றிலும் உற்றார் உறவினர்! ஊர்ப்பெரியவர்கள்! கோவிலாவது மனிதன் கட்டியது; இந்த இடம் – நாம் நிற்கும் இடம் – கடவுளே படைத்த கோவிலைவிடச் சிறந்தது. கொண்டு வாருங்கள், தாலிக்கயிறு. உட்காருங்கள் அனைவரும்...

(தாலியை ஒருவர் கொண்டு வருகிறார்.

மாகாளி, மிராசுதாரர் கையில் அதைக் கொடுக்கிறான்.

மிராசுதாரர் தயக்கமடைகிறார். மாகாளி அவன் காலை அழுத்தி மிதிக்கிறான் யாருக்கும் தெரியாமல்.

மிராசுதாரர் தாலி கட்டுகிறார். அவள் அவன் காலைத் தொட்டுக் கும்பிடுகிறாள்.

மாடோட்டும் வாலிபன், குழலில் இசை எழுப்புகிறான்.

காற்று பலமாக அடிக்கிறது. மலர்கள் காற்றால் வந்து விழுகின்றன.

மாகாளி மகிழ்ச்சி அடைகிறான்.)

நிலவு ஒரு மேகத்திலிருந்து மற்றோர் மேகத்துக்கு ஊர்ந்து செல்வதுபோல் தெரிகிறது.

மாகாளி சாவடித் திண்ணையில் உட்காருகிறான். எதிரே சிலர் உட்காருகிறார்கள்.

"பால் வேணுமா? பழம் வேணுமா?" என்று கேட்கிறார்கள்.

மாகாளி : நமக்குக் கட்டிவருமா பாலும், பழமும்? சோறும் ஊறுகாயும். இல்லையானா கூழும் வெங்காயமும்.

(இரண்டு மூன்று பேர் ஓடுகிறார்கள்.)

(ஒரு மாது சோறும் ஊறுகாயும் கொண்டு வருகிறாள். தண்ணீர் ஊற்றி உப்பு போடுகிறாள் மாது. மாகாளி அதைச் சாப்பிட்டுக் கொண்டிருக்கிறான்.)

ஒருவர் : ஏண்டாப்பா! எப்படி உனக்கு, இப்படிப்பட்ட தைரியம் வந்தது...

மாகாளி : இது என்ன பெரியவரே, அதிசயம்... கோழிக் குஞ்சை அடிச்சிக்கிட்டுப் போக பருந்து வருதே, அப்ப கோழி போடுதே, சண்டை, வீராவேசமா...

(சிறுவர் சிலர் கை தட்டுகிறார்கள்.)

ஒருவர் : தம்பிக்கு எந்த ஊரு...

மாகாளி : கருவூரு...

ஒருவர் : எந்தப் பக்கம்...

இன்னொருவர் : திருச்சிராப்பள்ளிப் பக்கம்னு சொல்லுவாங்க.

மாகாளி : நான் அந்தக் கருவூரைச் சொல்லலே. கரூர்னு நான் சொன்னது, கரு...கரு..தாயுடைய கருதானே, நம்ப ஊரு, அதைச் சொன்னேன்...

பெரியவர் : நிஜமான பேச்சு...

மாகாளி : எல்லா ஊரும் எனக்குச் சொந்தமான ஊர்தான்.

பெரியவர் : அப்பா, அம்மா?

மாகாளி : (சோகமடைந்து) யாருமில்லை.

(தலையசைத்துக் கொண்டு கூறுகிறான்.)

(மேற்கொண்டு சாப்பிட முடியவில்லை. மாகாளியால். பேச்சும் ஓடவில்லை. படுத்துக் கொள்கிறான். சிலர், அங்கேயே படுத்துக் கொள்கிறார்கள்.)

(நகரில் மிராசுதாரர் வீடு. கோவில் ஐயர் ஓடி வருகிறார். மிராசுதாரர் மகனிடம் குசுகுசுவெனப் பேசுகிறார். அவன் வேலையாட்களைக் கூப்பிடுகிறான். அவர்கள் பல பக்கம் ஓடுகிறார்கள்.)

வேறிடத்தில்...

(மணமானவள் பாத்திரத்தில் பாலும், தட்டில் சோறும் வைத்துக் கொண்டு, மிராசுதாரரிடம் வந்து நிற்கிறாள். மிராசுதாரர் திகிலும், சோகமும் கொண்ட நிலையிலே இருக்கிறார்.)

மிராசு : என் உயிரை வாங்காதே... என் மனம் சாந்தியாக இல்லை. பசி இல்லை. தொல்லை செய்யாதே...

(அவள் பாயும் தலையணையும் மிராசுதாரருக்குப் போட்டுவிட்டுத் தரையில் ஓர் ஓரமாகக் கையைத் தலைக்கு வைத்துக் கொண்டு படுத்துக்கொள்கிறாள்.

சாவடியில் படுத்துக் கொண்டு இருக்கும் மாகாளிக்குத் தூக்கம் வராமல் புரண்டு கொண்டு இருக்கிறான்.

மோட்டார் சத்தம் காதில் விழுகிறது. ஒருவர் விழித்துக் கொண்டு, 'தம்பி! தூக்கம் வரலியா...கொசுக்கடியா?' என்று கேட்கிறார்.

மாகாளி பதில் கூறாமல் உற்றுக் கேட்டவண்ணம் 'உஸ்! உஸ்!' என்று சத்தம் செய்யாதிருக்கும்படி ஜாடை காட்டுகிறான்.

சத்தம் வரவர, பலமாக இருக்கிறது. மாகாளி எழுந்து உட்காருகிறான்; கூட இருந்தவர்களும் உற்றுக் கேட்கிறார்கள், அச்சத்துடன்.

மோட்டார் வெளிச்சம் தொலைவில் தெரிகிறது. பல விளக்குகள் தெரிகின்றன. ஒரு பெரியவர் மெதுவாக, "தம்பி! போலீசா!" என்று கேட்கிறார். பலத்த சத்தத்துடன் ஒரு ஜீப்பும, நாலு லாரிகளும் வருகின்றன.

ஊருக்குள் நுழையும்போதே, காட்டுக் கூச்சல் போடுகிறார்கள், லாரியில் வந்தவர்கள்.

மிராசுதாரர் வெளியே வருகிறார். ஜீப்பைப் பார்த்ததும் துள்ளிக் குதித்து 'சபாஷ்டா சபாஷ்!' என்று கூறிக்கொண்டே ஜீப்பை நோக்கி ஓடுகிறார்.

‘அப்பா!’ என்று அழைக்கிறான் ஜீப்பில் வந்த வாலிபன்.

மிராசு : பயல்களை விடாதீர்கள். வெட்டிப் போடுங்கள். வந்தது வரட்டும். மாகாளியை முதலில் ஒழித்துக் கட்டுங்கள்... (என்று மிராசுதாரர் கொக்கரிக்கிறார்.)

பெருங்கூச்சலுடன் அடிதடி நடக்கிறது. மாகாளி, எங்கும் சுற்றிச் சுழன்று சண்டை போடுகிறான். லாரிமீது ஏறிக்கொண்டு சண்டை போடுகிறான். லாரியை ஓட்டுகிறான் டிரைவர் வேண்டுமென்றே!

பக்கத்து லாரியில் தாவிக் குதித்துவிடுகிறான் மாகாளி. கிராமத்து மக்கள் சுருண்டு, சுருண்டு விழுகிறார்கள்; தாய்மார்கள் மிரண்டு ஓடுகிறார்கள்.

‘அப்பா! நாம போகலாம்! ஊரைக் கொளுத்தி விட்டுத்தான் நம்ம ஆட்கள் திரும்புவார்கள்... எல்லா ஏற்பாட்டுடனும் வந்திருக்கிறார்கள். நாம் இருக்கவேண்டாம்.

(என்று கூறுகிறான். ஜீப் புறப்படுகிறது.)

மாகாளி பலமாகத் தாக்கப்படுகிறான். கிராமத்தார் பலருக்குப் படுகாயம்.

மூர்ச்சையாகிக் கீழே விழுந்த மாகாளியை லாரியில் தூக்கிப் போட்டுக் கொண்டு செல்கிறார்கள். வழியில் ஓர் ஆற்றிலே போட்டுவிட்டுப் போய்விடுகிறார்கள்.

மாகாளி கண் விழித்துப் பார்க்கிறான்.

ஓர் எருமையின் முதுகில் சாய்ந்து கொண்டிருப்பதையும், எருமை, அதிக ஆழம் இல்லாத ஆற்றில் நடந்து செல்வதையும் அறிகிறான். கீழே இறங்கி, எருமையைப் பார்த்து, 'என் உயிரைக் காப்பாத்தினாயே! உன்னைப்போய், எமனுக்கு வாகனம்னு சொல்லி வைச்சிருக்காங்களே' என்கிறான்.

(தள்ளாடி நடக்கிறான். ஒரு மூட்டை வண்டியில் செல்கிறான். பல ஊர்களில் நடக்கிறான்; கடுங்கோபம் கொண்ட நிலை பெறுகிறான்.)

மோட்டாரைப் பார்த்தால் கோபம்.

செல்வவான்களைப் பார்த்தால் கோபம்...

ஓர் ஆள் : யாரப்பா, நீ, ஊருக்குப் புதுசா?

மாகாளி : (கோபமாக) நான் யாராக இருந்தா உனக்கென்னய்யா?

அவர் : அட இதுக்கு ஏன் இவ்வளவு கோபம்?

மாகாளி : கோபித்துக் கொண்டா என்ன செய்து விடுவே!

அவர் : சுத்த வம்புக்காரனா இருக்கறியே! முரட்டுப் பய!

மாகாளி : தெரியுதேல்லோ பார்த்ததும்... ஒதுங்கிக்கோ என் பேச்சுக்கு வராதே...

வேகமாக நடக்கிறான்.

லாரிகளில் மூட்டைகளைத் தூக்கிப் போடுகிறான்.

லாரிக்காரர் : என்ன தரணும் கூலி!

மாகாளி : பெரிய பிரபு இவரு! கொடுக்கறதைக் கொடய்யா.

(ஒரு சிறிய ஓட்டலில்)
மாகாளி : நாலு இட்லி.

ஓட்டல்காரன் : நெய் போடட்டுமா?

மாகாளி : வெண்ணெய் போடு, வெண்ணே! ஆளைப் பார்த்து வியாபாரம் செய்யேன்யா! நெய் கேட்குதா நெய்! இட்லி போதும்! மிளகா சட்னிபோடு.

(அதிகமான பாரமுள்ள வண்டியை இழுக்க முடியாமல் கஷ்டப்படுபவனைப் பார்த்துவிட்டு வண்டியை முட்டித் தள்ளிவிட்டு.)

மாகாளி : ஏன் ஐயா! இப்படி உன் சக்திக்கு மீறின வேலை செய்து சாகறே!...

வண்டிக்காரன் : என்னப்பா பண்றது! வயிறு ஒண்ணு இருக்குதே!

மாகாளி : உனக்கு இருக்குது ஒட்டிப்போயி.

(கடையில் உட்கார்ந்திருக்கும் ஆளைக்காட்டி)

அவனைப் பாரு வயிறுன்னா அது வயிறு!

(வண்டிக்காரன் சிரிக்கிறான்.)

(ஒரு குளத்தங்கரையில் நிற்கிறான்; ஒரு புரோகிதர் பார்த்துவிட்டு.)

புரோகிதர் : புண்ணிய தீர்த்தம்டா! தர்ப்பணம் பண்ணணுமா?

மாகாளி : என்னா பணம்!

புரோகிதர் : இஷ்டப்பட்டதைக் கொடு.

மாகாளி : அட, நான் அதைச் சொல்லவில்லை. தர்ப்பணம்னு சொன்னயே!

புரோகிதர் : அதுவா உங்க குடும்பத்திலே யாராவது காலமாயிருப்பாங்களே, அவாளுக்காகத் தர்ப்பணம் செய்தரா மோட்சத்திலே அவாளுக்குச் சௌக்கியம் கிடைக்கும்.

மாகாளி : அவாளுக்கு அங்கே! இங்கே நான் சாகறேன். அதுக்கு ஒரு வழியைக் காணும்.

புரோகிதர் : அதுக்கு வேண்டியது பணம்.

மாகாளி : (சிரித்தபடி) கெட்டிக்கார ஆசாமிதான் நீ. அங்கே இக்கிறவங்களுக்குத் தர்ப்பணம்... இங்கே இருக்கிறவங்களுக்குப் பணம்.

புரோகிதர் : ஆமாம்...

மாகாளி : எனக்கு இப்ப எந்தப் பணமும் வேண்டாம். குணம் கெட்டவங்களை எல்லாம் கொன்று குவிச்சாப் போதும்.

புரோகிதர் : சட்டம் இடம் கொடுக்குமோ.

----

(3)

சட்டம் இடங்கொடுக்காதுதான் இல்லை, அக்கிரமக்காரனைத் தண்டிக்காவிட்டால் பணமூட்டை பாதுகாப்புத் தரும்பொழுது மாகாளி மீண்டும் அந்தச் சிற்றூர் சென்று மிராசுதாரர் கிராமத்துக்குப் பெண்ணைத் திருமணம் செய்து கொண்டது பற்றியும், கிராமத்தைத் தாக்கி, கிராமத்தைக் கொளுத்தி நாசம் செய்தது பற்றியும், ஊராரிடம் சொல்லி நியாயம் பெற நினைத்தான். கிராமத்துக்குச் சென்றபோது, பெண் தற்கொலை செய்து கொண்ட சேதியும், மிராசுதாரருக்கு எதிராகச் சாட்சி சொல்ல கிராமத்தார் அச்சப்பட்டுக் கொண்டிருப்பதையும் அறிந்து பதறினான். கிராமத்து மக்கள் அவனிடம் பரிவுகாட்டினர். ஆனால், துணிவு பெற மறுத்துவிட்டனர். மாகாளி கோபித்துக் கொண்டார். கிராமத்து மக்களோ, 'அந்த மிராசுதாரருடைய பகையைத் தாங்கிக் கொள்ளும் சக்தி எங்களுக்குக் கிடையாதப்பா! எங்களை மன்னித்துவிடு. ஆனால் இங்கே நீ இருப்பதுகூட ஆபத்து. மிராசுதாரன் மோப்பம் பிடித்தபடி இருக்கிறான்; போலீசில் சிக்க வைத்து விடுவான். வீணாகத் தொல்லையைத்தேடிக் கெள்ளாதே' என்று கூறினர்.

'இப்படிப் பயந்து பயந்து செத்துப் பிழைப்பதைக் காட்டிலும் ஒரே அடியாக அக்கிரமத்தை எதிர்த்து நின்று கொல்லப்பட்டுச் செத்துத் தொலைக்கலாமே! நீங்கள் இப்படிக் கோழையாக இருப்பதனால்தான் அக்கிரமக்காரர்கள் கொட்டம் அடிக்கிறார்கள். கொடுமை கொடிகட்டிப் பறக்கிறது. தூ... தூ...' என்று கூறிவிட்டு அந்தக் கிராமத்தை விட்டு வேறு ஊருக்குச் சென்றுவிட்டான்.

'அக்கிரமத்தைத் தடுத்திட முடியவில்லை. ஆனால் எதிர்த்து நின்றேன். என் கடமையைச் செய்தேன். அந்த மிராசுதாரன்

இனி இவ்விதமான அக்கிரமம் செய்ய எண்ணும் போதெல்லாம் என் நினைவல்லவா வரும். நான் தெரிவேனல்லவா அவன் மனக்கண் முன்பு – அவ்வளவுதான் என்னால் சாதிக்க முடிந்தது. அந்தப் பெண் தற்கொலை செய்து கொள்ளாது இருந்திருப்பாளானால் கிராமத்தார் ஒத்துழைக்காவிட்டால்கூட நான் மிராசுதாரருடைய மாளிகையில் அவர் குடியேறுவதற்கான காரியத்திலே ஈடுபட்டு, அதிலேயே மாண்டு போக நேரிட்டாலும் மகிழ்ச்சியோடு மரணத்தைத் தழுவிக் கொண்டிருப்பேன். இப்போது எனக்கு இருக்கும் திருப்தி நாம் நமது கடமையைச் செய்தோம் என்பதுதான். அதனை எனக்கு அடிக்கடி நினைவுபடுத்திக் கொண்டிருப்பவை இந்தத் தழும்புகள். பலமான தாக்குதல்! பல மாதங்கள் எனக்கு வலி இருந்தது. என்னென்னமோ பச்சிலைகள் மெழுகுகள் தைலங்கள் புண்ணைக் குணப்படுத்த. மேலேதானே புண் ஆறுகிறது. நெஞ்சிலே ஏற்பட்ட புண்? அது எங்கே ஆறப்போகிறது. மாற்ற எவ்வளவோ பேர் நமக்கென்ன என்று இருந்துவிட்டாலும் நாம் நமது கடமையைச் செய்தோம் என்ற மகிழ்ச்சி எனக்கு இந்தத் தழும்புகளைப் பார்த்துக் கொள்ளும்போது' என்று மாகாளி கூறினான்.

மற்றும் சிறுசிறு நிகழ்ச்சிகள் பலப்பல கூறினான். ஒரு நிகழ்ச்சி, என் உள்ளத்தில் ஆழமான இடம் பெற்றது. அதனையும் நிகழ்ச்சி நடைபெறுவது போன்ற வடிவத்திலேயே தருகிறேன்.

(ஓர் ஊருக்குச் சற்றே வெளிப்பகுதியில் உள்ள ஒரு கல்லாலான கட்டிடம்; மாகாளி ஒருபுறம் சுருண்டு படுத்துக் கொண்டிருக்கிறான்.

இரு வாலிபர்கள் சிகரெட் பிடித்தபடி வருகிறார்கள்.

அங்கு ஒரு பக்கமாக உட்காருகிறார்கள், மாகாளி படுத்துக் கொண்டிருப்பதைப் பார்க்காமலேயே...)

தாமு : சோமு! நீ அதிர்ஷ்டக்காரண்டா... எதுவாக இருந்தாலும் உன் வலையிலே வீழ்ந்துவிடுகிறது.

சோமு : போடா ஃபூல்... அதெல்லாம் நம்ம *Face Cut Personality*. தரித்திரப் பயலே அது தனி *Art* தனிக்கலை.

தாமு : நான் நம்பவே இல்லை, நளினா உன் வலையில் விழுவாளென்று...

சோமு : சும்மா சொல்லக் கூடாது, தாமு. நளினா, நெருப்பு, நெருப்பு போலத்தான் இருந்தாள். ஆனால்...

தாமு : எப்படிடா... சொல்வேன்... நல்ல இடத்துப்பெண்...

சோமு : படித்துக்கூடத்தான் இருக்கிறாள்... பல்லைக் காட்டியதும் பரவசமாகிவிடக்கூடிய ஏமாளி அல்ல... கண்டிப்பான சுபவாம்...

தாமு : அதுதானே, எனக்கும் ஆச்சரியம் எப்படி?

சோமு : (கேலியாக) எப்படி...! சொல்லி வருமா அந்த வித்தை... என் பேச்சு, பார்வை, அப்படி! பாகாக உருகினாளே, நான் கண்கலங்கியபோது...

தாமு : கண் கலங்கினாயா...?

சோமு : ஆமாம்! அப்படி ஒரு போஸ். நளினா! என்னால் நீ இன்றி நான் உயிர் வாழ முடியாது... என்னால் வேதனையை இனியும் தாங்கிக் கொள்ள முடியாது... நாளைக் காலையில்

கோவில் திருக்குளத்திலே என் பிணம் மிதக்கும்... என்று டயலாக்.... அதற்குத் தகுந்த ஆக்ட்... போஸ்... நளினா என்ன, சிலைகூடச் சம்மதம்! சம்மதம்!என்று கூறும்டா, கூறும்.... மண்டு! உனக்கெங்கே தெரியப்போகிறது, அந்த வித்தை! ஒரு புன்னகை தவழ்ந்தது... கண்களிலே ஒரு மகிழ்ச்சி... உடனே.

தாமு : உடனே?

சோமு : சத்தியம் செய்தேன்! "தாயின் மேல் ஆணை; தந்தை மேல் ஆணை... தூய காதல்மேல் ஆணை! உன்னைத் தவிர வேறொரு பெண்ணைத் திருமணம் செய்து கொள்ளப் போவதில்லை. நீயே என் உயிர் – என் இன்பம்" என்றேன்.

தாமு : சொன்னதும்...?

சோமு : *(கேலியாக)* சொன்னதும்... போடா போ! நடக்க வேண்டியதெல்லாம் நடந்தது. நடந்து கொண்டே இருக்கிறது...

தாமு : *(தழுதழுத்த குரலில்)* நல்ல அழகு...

சோமு : *(கேலியாக)* ஏண்டா உருகறே... ஏய்!... தந்தத்தால் செய்த பதுமையடா அவள்... அடா, அடா! சிரிக்கும்போது அவள் கன்னத்திலே ஒரு குழி விழும். ஆஹா... ஹா...ஹா.... அற்புதமா இருக்கும் பார்க்க... விழுங்க விழுங்க.... இது என்ன கன்னமா, பச்சரிசி மங்காயா, என்று கொஞ்சுவாள். கன்னத்தைக் கிள்ளும்போது.... அடா அடா, அடா! இத்தோடு இருபத்தி இரண்டு போதும் என்பாள்...

தாமு : இருபத்தி இரண்டா... என்னது...

சோமு : முத்தம்டா, முத்தம்... பரிபூரணமாக நம்புகிறாள்... என்னை... திருமணத்துக்கு நாள் பார்த்தாகிவிட்டதா... கண்ணா என்பாள்... ஓ... என்பேன்... எப்போ... என்று ஆவலாகக் கேட்பாள்... அதோ அந்தச் சந்திரன் மேகத்திற்குள் மறைந்ததும்... இப்போதே... இங்கேயே என்பேன்... போங்கள் எப்போதும் விளையாட்டுத்தானா, என்பாள்.

தாமு : நீ....?

சோமு : (கேலியாக)... நீ? உடனே நாள் நட்சத்திரம் பார்த்துச் சொன்னேன். என்று எதிர்பார்க்கிறாயா... பைத்தியக்காரா... அப்படியே என் மார்மீது சாய்த்துக் கொண்டேன். அன்பே என்றாள்; இன்பமே என்றேன். என்னைக் கைவிடமாட்டீர்களே என்றாள். நானா என்னையா கேட்கிறாய், அந்தக் கேள்வி என்றேன். கேட்டபடி அவள் முகத்தை என் கரங்களில் தாங்கிக் கொண்டு என் முகத்தருகே கொண்டு சென்றேன். பார்! என் முகத்தைப் பார். இந்தக் கண்களைப் பார்! உன்னைக் கைவிடும் கயவனுடைய முகமா இது என்றேன்.

தாமு : அவள்?

சோமு : அவளா! அதற்குமேல் முடியுமா அந்தப் பேதைப் பெண்ணால், ஆனந்தத்தை அணைபோட்டுத் தடுக்க! நான் நம்புகிறேன். முக்காலும் நம்புகிறேன் என்றாள். இதழ் என்னிடம் – இன்ப இரவு – இணையில்லா ஆனந்தம்.

தாமு : (பெருமூச்சுடன்) கொடுத்து வைத்தவனடா நீ... அதுசரி, நளினாவைத் திருமணம் செய்து கொள்வது என்ற முடிவுக்கே வந்து விட்டாயா?

சோமு : முட்டாள் வருவன் அந்த முடிவுக்கு... நானா? நளினா ஒரு ‘ஒன்வீக்’... ஒரு வார விருந்து. பிறகு...

(மகாகாளியின் பலமான பிடி சோமுவின் கழுத்தில் விழுகிறது. பதறுகிறான்.

உடனிருந்தவன் ஓடிவிடுகிறான். கழுத்தைப் பிடித்துத் தூக்கிச் சோமுவை நிறுத்தியபடி மாகாளி கடுங்கோபத்துடன்.)

மாகாளி : பெண்ணைக் கெடுத்த பேயனே! ‘ஒன்வீக்’ ஒருவார விருந்தா அவள் உனக்கு... (தாக்குகிறான்.) மயக்க மொழி பேசி, அவளை நம்ப வைத்தாய்! பரிபூரணமாக நம்புகிறாள். நீ அவளைக் கெடுத்துவிட்டு அதை ஒரு கலை என்று இங்குப் பேசிக் கொட்டம் அடிக்கிறாய்... பைத்தியக்காரப் பெண்ணே! பசப்பு வார்த்தையைக் கேட்டுப் பாழாகிப் போனாயே அம்மா! (மீண்டும் தாக்கி) அடப்பாதகா! உன்னை நம்பிய அந்தப் பெண் உன்னை உத்தமன் என்று எண்ணிக் கொண்டு, என்ன என்ன ஆசைக்கனவுகள், இன்ப எண்ணங்கள் கொண்டிருக்கிறாளோ! உள்ளத்தில் இடமளித்தோம் இனி ஊர் அறிய – உலகமறியக் கூறி மகிழவேண்டும். மாலை சூட்டுவான், மக்கள் வாழ்த்துவார்கள், மணாளனுடனே மதிப்புடன் வாழ்வோம் என்றெல்லாம் எண்ணி அவள் மனத்திலே மகிழ்ச்சி பொங்கும்.. இங்கு நீ ஒரு வாரம் என்று துளிகூட, பழிபாவத்துக்கு அஞ்சாமல், யார் இருக்கிறார்கள் நம்மைக் கேட்க என்ற தைரியத்தில் உன் வீரப்பிரதாபங்களைப் பேசிக் கொண்டிருக்கிறாய்.

(தாக்குகிறான்; அவன் அடிதாளமாட்டாமல்)

சோமு : ஐயோ... ஐயையோ... என்னைக் கொல்லாதே! நான் தாங்கமாட்டேன். சத்தியமா இனி அப்படிப்பட்ட தப்பு தண்டாவுக்குப்போகமாட்டேன்.

மாகாளி : இனி தப்புத் தண்டாவுக்குப் போகமாட்டியா! அயோக்கியப்பயலே! இப்ப நடந்ததற்கு என்ன சொல்றே...

நடந்தது நடந்ததுதானா... யார் அந்தப் பெண்? எங்கே இருக்கிறாள்?

சோமு : பெரிய இடத்துப் பெண்ணய்யா... விஷயம் தெரியக்கூடாது... இனி அவ்விதம் நான் நடந்தா, கேள்... கொன்று போடு...

மாகாளி : அடப் பாதகா! ஒரு பெண்ணைக் கெடுத்துவிட்டு... அவள் கதி என்னவென்று கூறாமல்,... உன்னிடம் என்ன பேச்சு (இழுத்தபடி) நட! அந்தப் பெண்ணைக் காட்டு... அவள் காலில் விழுந்து கதறு... நான் மட்டும் இங்கே இல்லாதிருந்தால், அந்தப் பெண்ணின் கதி என்ன ஆகியிருக்கும்? புறப்படு... இப்போதே திருமணமாக வேண்டும்... அவள் வாழ வேண்டும்.

சோமு : ஆகட்டும்... என்னை விட்டுவிடு... நான் அவளையே கலியாணம் செய்து கொள்கிறேன்.

மாகாளி : (கேலியாக) அப்படிங்களா... அப்போ, போயிட்டு வாங்க... கலியாணத்தன்று, நான் வருகிறேன். (கேவலமாக) ஏண்டா! உன் பேச்சை நம்பச் சொல்கிறயா... நீதான், 'போஸ்' கொடுப்பியே, 'போஸ்'; கேட்டுக் கொண்டுதான் இருந்தேன், உன் பேச்சை... நான் என்ன ஏமாளிப் பெண்ணா, உன் பசப்பிலே மயங்க... (தாக்கியபடி) நம்ம 'பாஷை' புரியுதா! புரியதேல்லோ...

(சோமு திணறுகிறான்.)

மாகாளி : அதனாலே, என்னோடு பேசி, தப்பித்துக் கொள்ளலாம் என்று எண்ணாதே... புறப்படு... அந்தப் பெண் வீட்டுக்கு...

(இழுத்துச் செல்கிறான்.)

சோமு : (மெல்லிய குரலில்) நாலுபேர் பார்த்தா கேவலமாகப் பேசுவாங்க! என் கையை விடுங்க... நான் ஓடிவிடமாட்டேன்... சத்தியமா...

மாகாளி : ஓஹோ! துரைக்கு இது கேவலமாத் தெரியுதா! நாலுபேர் பார்த்தா கேலியாகப் பேசுவாங்களேன்னு சுருக்குன்னு தைக்குது... ஏண்டப்பா (ஊச்ஞிது இதt) இதற்கே உனக்கு இப்படித் தோணுதே, அந்தப் பெண்ணைக் கெடுத்துக் கைவிட்டுவிட்டா, அவளுக்கு எவ்வளவு கேவலம்... இழிவு! உம்! நீ ஏன் அதைப் பத்தி எண்ணி இருக்கப் போறே... நீதான் 'ஒன்வீக்' – போதும். என்பவனாச்சே.

(தலையைக் கவிழ்த்துக் கொள்கிறான் சோமு.

(இருவரும் நடக்கிறார்கள்; எதிரே சில பெண்கள் வருகிறார்கள்.

'இவளா? அவளா?' என்று கேட்பதுபோல மாகாளி ஜாடை செய்கிறான்.

இல்லை இல்லை என்பதைச் சோமு ஜாடையால் தெரிவிக்கிறான்.

எதிர்ப்புறமிருந்து வள்ளி சைக்கிளில் வருகிறாள்.

சோமுவின் கண்களிலே திருட்டுத்தனம் தெரிகிறது.)

மாகாளி : வருஷம் பத்து ஆனாலும் விடமாட்டேன்... தெரியுதா... இப்படிப்பட்ட ஆசாமியைக் கண்டா, நமக்கு விருந்து... புரியுதா..

(சோமு வள்ளியைப் பார்க்கக் கண்டு.)

மாகாளி : அதோ வருதே, ஒரு பொண்ணு சைக்கிளில்...

சோமு : (மெல்லிய குரலில்) அந்தப் பொண்ணுதான்...

(சைக்கிள் அருகே வருகிறது. தன்னை யாரோ இருவர் தடுத்து நிறுத்துவாக எண்ணிக்காண்டு வள்ளி திகிலடைகிறாள்.)

மாகாளி : சைக்கிள் சவாரியா... பட்டத்தரனை நானே கூட்டிக்கிட்டு வந்திருக்கிறேன்... இறங்கு...கீழே. *(திகைக்கிறாள்.)*

மாகாளி : இறங்கு... ஏமாளிப் பொண்ணே! வா, இப்படி... ஏன் இப்படி விழிக்கறே...

வள்ளி : (திணறி) யாரு... என்ன... என்னய்யா இது... என்னை ஏன் மிரட்டறே... யாரு நீங்க?

மாகாளி : (சோமுவைப் பிடித்திழுத்து வள்ளி எதிரே நிறுத்தி) புரியுதா, ஏன் உன்னைக் கூப்பிட்டேன் என்கிறது வந்திருக்காரே உன்னை வாழ வைக்கும் மணாளர். வாம்மா வா!... என்னா, நம்ம காதலரை, யாரோ ஒரு முரட்டுப் பய இழுத்துக் கொண்டு வருகிறானேன்னு திகைக்கறியா... வேறே வழி இல்லை.... அதனாலே இப்படி...

வள்ளி : என்ன சொல்றீங்க... ஒண்ணும் புரியலையே...

மாகாளி : *(கோபமாக)* இரகசியம் தெரிந்து விட்டதே என்று திகைப்பா? இப்படி மூடி மூடி மறைத்துத்தானே, நாசமாகப் போறீங்க! இப்படிப்பட்ட பயல்களும் உங்களை நம்ப வைத்து நாசமாக்க முடிகிறது...

வள்ளி : *(சோமுவையும் மாகாளியையும் மாறி மாறிப் பார்த்தபடி)*

ஒன்றும் விளங்கவில்லையே... என்னய்யா இது...

மாகாளி : இப்போதும் இவனுக்கு எங்கே மனக்குறை வந்து விடுகிறதோ என்றுதானே பார்க்கிறாய்? புத்தி கெட்ட பெண்ணே! இவன் உன்னை ஏமாற்றிவிடப் பர்த்தான். காதலித்தானே, அதே காதகன் 'கண்ணே!' என்றானே, 'மணியே' என்றானே, அதே கயவன்! உன்னைத் திருமணம் செய்து கொள்ளப் போவதில்லை... ஒருவாரம் போதுமாம்! என் காதால் கேட்டேன், இவன் பேசியதை. நல்ல வேளையாகக் கேட்டேன்... கேட்டதால், கெட இருந்த உன் வாழ்வு, அழிய இருந்த உன் கற்பு, போக இருந்த உன் மானம் மீண்டும் கிடைக்க வழி ஏற்பட்டது. வா, உன் வீட்டுக்கு! உன் அப்பா யார்?... பார்த்துப் பேச வேண்டும்... இவனும் வருவான்... திருமண நாள் குறிப்போம்... நாளென்ன நாள்! நல்லது நடக்கும் நாளெல்லாம் நல்ல நாள்தான்... புறப்படு.... புறப்படு...

வள்ளி : *(சிறிது புன்னகையுடன்)* திருமணம் எனக்கா...

மாகாளி : ஆமாம், ஆமாம்... ஒத்துக் கொண்டான்...

வள்ளி : *(சிரிப்புடன்)* யார், இவ...ரா?

மாகாளி : (வெறுப்புடன்) ஆமாம்... பரிபூரணமாகத் தான் நம்பினாயே இவரை...

வள்ளி : (மேலும் சிரித்தபடி) பைத்தியமே! பைத்தியமே! அவர் யாரோ, நான் யாரோ? ஐயா! உம்மிடம் நல்லதுக்குப் போராடும் வீரம் இருக்கிறது... ஆனால் சுலபத்திலே ஏமாந்து விட்டீர்... எனக்கும் இவருக்கும், முன்பின் பழக்கமே கிடையாது...

மாகாளி : ஏய்! என்னது... இது... (என்று கூறி சோமுவைத் தாக்க.)

(வள்ளி குறுக்கிட்டு)

வள்ளி : முரட்டுத்தனத்தாலே என்ன காரியத்தைச் சாதிக்க முடியும்... இப்போதுதான் எனக்குக் கொஞ்சம் விஷயம் விளங்குகிறது.. காதலித்தவளைக் கைவிட இருந்தார் இந்த ஆசாமி... கண்டு பிடித்துவிட்டீர்... அந்தப் பெண்ணுக்காக, அவள் வாழ்வுக்காக, மானத்துக்காகப் போராடுகிறீர்.

மாகாளி : ஆமாம்..

வள்ளி : ஆனால் அந்தப் பெண், நான் அல்ல...

மாகாளி : இவன் காட்டினானே உன்னை...

வள்ளி : அடிதாங்கமாட்டாமல், யாரையாவது காட்டித் தப்பித்துக் கொள்ளலாம் என்று, சுலபத்தில் – ஏமாற்ற முடியும் உம்மை என்ற எண்ணத்தால்...

மாகாளி : (கோபத்துடன்) அட பழிக்கஞ்சாத பாதகா! (நோக்கி) இப்படியுமா ஒரு சுபாவம்!... நான் ஒரு முட்டாள்... உன்னை நம்பிவிட்டேன்...

வள்ளி : பார்த்தீர்களா! நீங்களே இவன் பேச்சை நம்பி விட்டீர்களே! ஒரு பெண் ஏமாந்ததிலே என்ன ஆச்சரியம்... அடிக்காதீர்கள்... பக்குவமாகப் பேசி...

மாகாளி : (கேலியாக) வாடா, என் ராஜா! (என்று கொஞ்சி) புண்ணியவானே, அந்தப் பெண்ணை ஏற்றுக் கொள் என்று சொல்லிக் காலிலே விழ வேண்டுமா...

வள்ளி : ஒரு பெண்ணுடைய வாழ்வுக்காக இவ்வளவு பரிந்து பேசும் உங்கள் குணம் தங்கம்... தங்கமய்யா தங்கம். ஆனால், முறை தெரியவில்லை... தாக்கித் தாக்கியா திருத்த முடியும்... சாகடிக்கலாம்...

மாகாளி : இப்படிப்பட்ட ஈனர்கள் செத்தால் என்ன... சாகடித்தால்தான் என்ன...

வள்ளி : ஒன்றுமில்லை... எந்தப் பெண்ணுடைய நல்வாழ்வுக்காகப் பாடுபடுகிறீரோ, அந்தப் பெண்ணின் கதி என்ன ஆகும்... நாசமாய்ப் போகும்... அழிக்கத்தான் தெரிகிறது உமக்கு... வாழ வைப்பது இந்த முறையால் அல்ல...

மாகாளி : (வெறுப்புடன்) இந்த முறை அல்ல! வேறே என்னவாம்? ஒரு பள்ளிக்கூடம் நடத்தி இவனுக்குப் பாடம் சொல்லிக் கொடுக்கச் சொல்கிறாயா... பெண்ணே! உனக்குப் பேசத் தெரிகிறது... சும்மா இரு...

(சோமுவின் கழுத்தைப் பிடித்திழுத்து)

யார் அந்தப் பெண்? உண்மையைச் சொல்லு! உதைபட்டுச் சாகாதே!

வள்ளி : சொல்லய்யா... யார் அந்தப் பெண்... இதோ பார், ஒரு பெண்ணின் வாழ்க்கையைப் பாழாக்குவது தர்மமா நியாயமா... உங்களை எவ்வளவு நம்பி தன்னை ஒப்படைத்தாள்! துரோகம் செய்யலாமா...

மாகாளி : இந்தக் கல் நெஞ்சனிடம் உன் கனிவான பேச்சு, பலிக்குமா, அம்மா... அவனுக்குப் புரிவது ஒரே ஒரு பாஷைதான்.

(தாக்குகிறான். வள்ளி குறுக்கிட்டுத் தடுக்கிறாள்.)

மாகாளி : (கோபமாக) தா, பெண்ணே! இதிலே குறுக்கிடாதே! நீ அல்ல, இவனிடம் ஏமாந்தவள்.. பிறகு உனக்கென்ன வேலை இங்கே? போ, பேசாமல்... நான் பார்த்துக் கொள்கிறேன்.

வள்ளி : தெரிகிறதே நீங்கள் பார்த்துக் கொள்கிற இலட்சணம். பக்குவமாகப் பேசி, உண்மையைத் தெரிந்து கொள்ளத் திறமை இல்லை; புத்தி புகட்டி, மனத்தை மாற்றத் தெரியவில்லை.

மாகாளி : அம்மா, மகராசி! அந்தத் திறமை எல்லாம் உங்களோடு இருக்கட்டும்.. என் திறமை அவனுக்குத் தெரியும் (சோமு அடிபட்ட இடத்தைத் தடவிக் கொடுக்கிறான்.) உனக்கு எப்படித் தெரியும்... உனக்குச் சம்பந்தமில்லாத விஷயம்.. தலையிடாதே... போ, பேசாமல்.

வள்ளி : எனக்குச் சம்பந்தமில்லாத விஷயமா... சரி, உமக்கு மட்டும் என்ன சம்பந்தம்... இவனால் கெடுக்கப்பட்டவள் யார்? உன் அக்காவா, நான் தலையிட...

வள்ளி : நீதிக்காகப் போராடுபவர்கள் இலட்சத்தில் ஒருவர்கூட இருப்பது கஷ்டம்... ஆடவர்களிலே இப்படிப்பட்ட ஓர் அபூர்வ மனிதர் இருப்பது கண்டு நான் எவ்வளவு மகிழ்ச்சி அடைகிறேன் தெரியுமா... பெண் குலத்தின் சார்பிலே வாதாட, போராட இப்படிப்பட்ட வீரர்கள் தேவை... நிரம்பத் தேவை.. வீரம் இருக்கிறது, தங்களிடம் நிரம்ப... விவேகம் இல்லை...

மாகாளி : முட்டாள், முரடன் நான்... அதைத்தானே அம்மா, நாசுக்காகச் சொல்கிறாய்... சரி, நான் இவனை இழுத்துக்கொண்டு போய், முச்சந்திக்கு முச்சந்தி நிறுத்திப் பேசப் போகிறேன்... அந்தப் பெண்ணின் இருப்பிடத்தைக் கண்டுபிடிக்கும் வரையில் வேறு வேலை எனக்குக் கிடையாது...

வள்ளி : நீ முச்சந்திகளிலே இவனை நிறுத்தி வைத்து முரட்டுத்தனமாக நடத்துவாய் – ஊரார் இவனுக்கு வேண்டியவர்கள் – போலீஸ் – எல்லாம் கைகட்டி, வாய் புதைத்து, ஓஹோ! ஓர் இலட்சியவீரன் போராடுகிறான். நாம் குறுக்கிடக்கூடாது என்று இருப்பார்கள் என்றா எதிர்பார்க்கிறாய்? உள்ளத்திலே நல்ல எண்ணம் இருக்கிறது... உலகம் தெரியவில்லையே... யாரும் துணை இல்லாததால் இவன் சும்மா இருக்கிறான்... நாலு பேர், தெரிந்தவர்களைக் கண்டால் போதுமே, காகாவென்று கூச்சலிட்டு 'திருடன், திருடன்! முரடன்! கத்தியால் குத்தவந்தான்! பணத்தைப் பறித்துக் கொண்டான்' என்று கூவுவான்... ஊர் பாயும் உன் மீது... உன் வலிவு பயன்படாது... போலீஸ் வரும்... கோர்ட்டிலே நிறுத்துவார்கள்... கையில் விலங்கு போட்டு... நீ கூறுவாய் இவன் ஒரு பெண்ணைக் கெடுத்த பேயன், திருத்தப்

பார்த்தேன் என்று கோர்ட்டிலே; கைகொட்டிச் சிரிப்பார்கள், ஆழ்வார்கள், நாயன்மார்களுக்குப் பிறகு அவதரித்திருக்கிறார் ஐயா இந்த மகான்! என்று கூறி, வழிப்பறி நடத்திய குற்றத்திற்காக ஆறு வருடம் தண்டனை தருவார்கள்... இவன் வெற்றிச் சிரிப்புடன் வேறு வேட்டைக்குக் கிளம்புவான் – இவனால் நாசமாக்கப்பட்டபெண், குளத்தைத் தேடுகிறாளோ விஷத்தைத் தேடுகிறாளோ, யார் கண்டார்கள்...

மாகாளி : நன்றாகத்தான் பேசுகிறாய்... நியாயமாகத்தான் பேசுகிறாய்.. உலகம் அப்படித்தான் இருக்கிறது... ஆனால்... அந்தப் பெண்ணின் வாழ்வு நாசமாகலாமா... நீயும் ஒரு பெண்... சொல்லம்மா, சொல்லு... இந்தப் பேயனைச் சும்மா விடலாமா...

வள்ளி : (சோமுவிடம் கனிவாக) ஐயா! பழிபாவத்துக்கு அஞ்ச வேண்டாமா... அடுக்குமா உமது போக்கு? அபலையை நாசமாக்கலாமா... உம்மிடம் கொஞ்சி இருப்பாள். கெஞ்சி இருப்பாள்... சத்தியம் சத்தியம் என்று கூறி நம்ப வைத்திருப்பீர்... அவளைக் கைவிட்டால் அவள் மானமிழந்து வாழ்வாளா... நமது சமூகத்துக்கே இழிவு அல்லவா... ஐயா!

தாயின் வயிற்றில் பிறந்தீர்! தாய்க்குலத்துக்கு இழிவு தேடலாமா! அக்கா தங்கை இல்லையா உமக்கு! உமது காதலை நம்பினாளே அந்தப் பெண், அவளிடம் சரசமாடிக் கொண்டிருக்கும்போதே, அவளைச் சாகடித்து விட்டிருக்கலாமே! அது எவ்வளவோ மேல், இதைவிட!

(சோமு கண்கலங்குகிறான். மாகாளி அதைக் காண்கிறான்.)

----

(4)

வள்ளி : அவளுடைய அழகு கண்டீர் உமது மனம் அவளை நாடிற்று... அருகே அழைத்தீர்.... ஆயிரம் தடவை, அவள் தடுத்திருப்பாள், ஆகாது... அடுக்காது... முறையல்ல – நெறி அல்ல என்று. என்னென்ன கூறினீரோ... கவிதை பாடி இருப்பீர், கதை சொல்லி இருப்பீர், கைநீட்டி, சத்தியம் என்று சொல்லி இருப்பீர்... நம்பினாள்... அவளை நாசமாக்காதீர்... நான் அவளுடைய தமக்கை என்று வைத்துக் கொள்ளும்... காலில் விழச் சொன்னால்கூட விழுகிறேன்.

சோமு : (விம்மும் நிலையில்) அம்மா! என்னை மன்னித்து விடு... மன்னித்துவிடு... மன்னித்துவிடம்மா, மன்னித்துவிடு.

வள்ளி : அவளை உமது நிரந்தர விருந்தாக்கிக் கொள்ளுமய்யா... அவளிடம் பெற்ற அன்புக்குக் கட்டுப்படுவதுதான் தர்மம். அந்த அன்பு ஒன்றுக்கு ஆயிரமாக ஓங்கி வளரும்... குடும்பம் தழைக்கும்.

(வள்ளி கண்கசக்குகிறாள். அதைக் கண்ட மாகாளி.)

மாகாளி : நீ ஏனம்மா அழுகிறாய்... பாரடா பார்! பேயனே! அந்தப் பெண்ணின் கண்ணீருக்காவது பயப்படு...

வள்ளி : அந்தப் பெண் வீட்டிலே திருமணத்துக்கு எதிர்ப்பு இருந்தால்கூட, நான் கெஞ்சிக் கூத்தாடிச் சம்மதம் பெற்றுத் தருகிறேன்!

(வேறோர் சைக்கிளில் வேறோர் பெண் வருகிறாள். வள்ளியைப் பார்த்துவிட்டு.)

வள்ளி! வள்ளி! எங்கே... இப்படி...

(சோமுவைப் பார்த்தபடி தலைகுனிகிறாள். சோமு கூச்சமடைந்து தலையைக் கவிழ்த்துக் கொள்கிறான்.)

மாகாளியும் வள்ளியும் அதைக் கண்டு ஒருவருக்கொருவர் பார்த்துக் கொள்கின்றனர்.

மாகாளி, பெண்கள் அறியாமல், சோமுவை இடித்து வந்தவளைக் காட்டி, 'இவளா?' என்று ஜாடையால் கேட்கிறான்.

வெட்கமும் புன்னகையும் கொண்ட நிலையில், சோமு 'ஆமாம்' என்று தலையை அசைக்கிறான்.)

வள்ளி : நீதானா... நளினா... என்னிடம்கூட இத்தனை நாள் மறைத்து வைத்தாயே...

நளினா : சொல்லிவிட்டாரா...

மாகாளி : உம்! உம்! சொல்லி நாள் பார்க்கச் சொல்லுகிறார்.

வள்ளி : வாருங்கள். நளினா வீட்டுக்குப் போவோம்... பெரியப்பாவிடம் பேசலாம்...

மாகாளி : பெரியப்பாவா...?

வள்ளி : ஆமாம்; நளினாவின் அப்பாவை நான் செல்லமாகப் பெரியப்பா என்றுதான் கூப்பிடுவது... நானும் நளினாவும் ஒன்றாகப் படித்தவர்கள்..

மாகாளி : *(குறும்புப் புன்னகையுடன்)* நான் நம்பமாட்டேன்... இதோ இவரும் நம்பமாட்டார். உனக்குத் தெரிந்ததில் ஆயிரத்தில் ஒரு பகுதிகூட...அதுக்கு... நளினாவுக்குத் தெரியாது...

வள்ளி : இந்த மாதிரி, சாந்தமாக வருஷத்திலே எத்தனை தடவை... ஒரு மூன்று நாலு தடவையாவது இருப்பது உண்டா...?

மாகாளி : மனத்திலே குமுறல் இருக்கும்போது, சாந்தி எப்படி ஏற்படும்?...

வள்ளி : ஏற்படுத்திக் கொள்ள வேண்டும்.

மாகாளி : அதற்கு ஒன்று, உணர்ச்சியற்ற மரக்கட்டை ஆகிவிட வேண்டும்... அல்லது செத்துத் தொலைக்க வேண்டும்.

(இருவரும் பேசிக்கொண்டு இருக்கையில் சோமு, நளினாவின் கரங்களை எடுத்துக் கண்களில் ஒற்றிக் கொள்கிறான்.)

மாகாளி : என் கதை கிடக்கட்டும்... இனி இந்தப் பெண் விஷயம்.

வள்ளி : நான் பொறுப்பு... திருமணம் நடக்கும்...

மாகாளி : மனம் நிம்மதி அடைந்ததம்மா. நான் வருகிறேன்... அபலை அழியாது பார்த்துக் கொள்ள முடிந்தது... என்றும் ஏற்படாத மகிழ்ச்சி எனக்கு...

வள்ளி : கோபம் ஏன் வருகிறது தெரியுமா...

மாகாளி : நமக்குப் பிடிக்காதது நடக்கும்போது கோபம் வரத்தானே செய்யும்?

வள்ளி : நமக்குப் பிடிக்காதது மட்டுமல்ல... நம்மால் தடுக்க முடியாதது நடந்தாலும், கோபம் வரும்... நம்மால் தடுக்க முடியவில்லையே என்பதாலே கோபம், வெட்கம், இரண்டும் சேர்ந்து கொட்டுகிறது.

மாகாளி : உண்மைதான்... எனக்கு, அக்கிரமத்தைக் கண்டால் கட்டோடு பிடிக்காது... கோபம்தான் வரும்...

வள்ளி : அக்கிரமத்தைப் போக்க முடிவதில்லை.

மாகாளி : ஆமாம்... முடிவதில்லை.

வள்ளி : ஏன்? முயலுவதில்லை... நம்மால் ஆகுமா என்ற பயம்.

மாகாளி : அதுவும் உண்மைதான்.

வள்ளி : ஆனால், கோபத்தால் என்ன பலன்? அக்கிரமம் ஒழிகிறதா? உம்! அதுதான் இல்லை. கோபம் நம்மையே அக்கிரமம் செய்ய வைக்கிறது.

மாகாளி : வலியோர் எளியோரை வாட்டும்போது... எப்படிச் சகித்துக் கொண்டிருக்க முடியும்.

வள்ளி : முடியாது... கூடாது... ஆனால் அதற்காக நாமே துடுக்குத்தனம் செய்வதா...?

மாகாளி : அப்பொழுதுதான் அக்கிரமக்காரன் அடங்குகிறான்.

வள்ளி : சரியாகச் சொன்னாய்... அக்கிரமக்காரன் அடங்குகிறான்... அக்கிரமம் அழிவதில்லை... அக்கிரமம் கூடாது என்பதுதானே உன் நோக்கம்?

மாகாளி : ஆமாம்... ஆனால் வழி தெரியக் காணோமே...

வள்ளி : அடேயப்பா! அவ்வளவு சுலபத்திலா, வழி கிடைத்துவிடும்.

அவ்வளவு சுலபத்திலே வழி கிடைத்துவிடும் என்று வள்ளி சொன்னது போலத்தான், நிகழ்ச்சிகள் தொடர்ந்தன. நளினாவைத் திருமணம் செய்துகொள்ள சோமு இணங்கினான். ஆனால் சோமுவின் தந்தை சீறினார். சோமுவின் தாய்மாமன் படை திரட்டினான். வள்ளியின் தூண்டுதலே இதற்குக் காரணம் என்று தூற்றினான். வள்ளிக்கும் மாகாளிக்கும் கள்ளக்காதல் என்று கதை கட்டிவிட்டான். இது வள்ளியை மணந்து கொண்டவன் காதிலே விழுந்தது; விவாக விடுதலைக்கான வழக்குத் தொடுத்துவிட்டான்; சோமுவின் மாமன் சாட்சி.

நளினாவின் திருமணத்தன்று ஒரே கலவரம் – மூட்டி விடப்பட்ட கலவரம். அதிலே மாகாளிக்குத்தான் பலமான தாக்குதல்.

அந்தத் தாக்குதலில் கிடைத்த காயங்களுக்காகத்தான். மாகாளிக்கு உடலெங்கும் கட்டுப் போட்டிருந்தார்கள்.

மாகாளியின் உடல்நிலை தேறுவதற்காக வள்ளி மிகுந்த முயற்சி எடுத்துக் கொண்டாள். அவள் அடிக்கடி மருத்துவமனை சென்று வந்ததையேகூடக் காரணமாக்கிக் காட்டினார். வழக்கறிஞர் – விவாக விடுதலைக்காக.

மாகாளியின் மனம் எரிமலையாகக் கொதித்தது. வள்ளியோ அமைதியை இழக்கவில்லை; புன்னகையைக்கூட இழக்கவில்லை.

"தூற்றுகிறார்கள்! அதனால் என்ன? என் உள்ளத்தில் தூய்மை இருக்கிறது! எனக்கு ஓர் அண்ணன் கிடைத்ததாக எண்ணி நான் பெருமைப்படுகிறேன்" என்று வள்ளி சொன்னபோது, எதற்கும் அழுது பழக்கப்படாத மாகாளிகூடக் கசிந்து கண்ணீர் வடித்தான். 'நான் இத்தகைய பாச உணர்ச்சியை, நேச உணர்ச்சியைக் கண்டதே இல்லையம்மா, கண்டதே இல்லை' என்று கூறி, வள்ளியின் கரங்களை எடுத்துத் தன் கண்களில் ஒற்றிக் கொண்டான்.

மருத்துவர், 'மாகாளி! உனக்கு இனி ஆபத்து இல்லை. ஆனால் உடலில் பல இடங்களிலே தழும்புகள் இருக்கும்; மறைய நெடுங்காலம் பிடிக்கும்' என்றார்.

"தழும்புகளா! அவை மறையவே வேண்டாம் டாக்டர்! அவை அப்படியே இருக்க வேண்டும் என்றுதான் நான் விரும்புகிறேன். நான் பெற்ற பரிசுகள் அல்லவா அவை! அக்கிரமத்தை எதிர்த்து நிற்கும் என் கடமையை என்னால் முடிந்த மட்டும் செய்தேன் என்பதற்கான அடையாளங்கள்" என்றான்.

டாக்டருக்கு அவன் கூறியதன் முழுப்பொருள் விளங்கவில்லை.

“என் தங்கை மட்டும் எனக்கு அனுமதி கொடுத்தால், இன்னும் ஒரே ஒரு தழும்பு கடைசி தழும்பு பெற முனைவேன்! இந்தக் குணவதியைத் தவிக்கச் செய்து, தூற்றித் திரிபவனைத் தாக்கி தாக்கி...” என்று கூறியபடியே, களைப்பால் மாகாளி மயக்கமுற்றான்.

அவன் விரும்பிய கடைசித் தழும்பை அவன் பெற முடியவில்லை. வள்ளி அதற்கு அனுமதி கொடுக்காததால் அல்ல, வள்ளியை மணந்தவன், சதிசெய்து, மாகாளியின் உணவில் நஞ்சு கலந்து கொடுத்ததால், மாகாளி மாண்டு போனான்.

அவன் மறைந்தாலும், அவன் பெற்ற தழும்புகள் எவர் மனத்தையும் விட்டு மறையக்கூடாது. அவை உணர்த்தும் பாடங்களும் மங்கிவிடக்கூடாது என்பதற்காகவே ‘தழும்புகள்’ பற்றிய இந்தத் தகவலைத் தந்திருக்கிறேன்.

(காஞ்சி - 1965)

★★★

9 788198 8159